D1679940

அயலான்

அயலான்

சு.ஆ. வெங்கட சுப்புராய நாயகர் (பி. 1963)
மொழிபெயர்ப்பாளர்

பிரெஞ்சு, தமிழ், ஆங்கில மொழிகளுக்கிடையே மொழிப்பாலம் அமைத்துவருபவர். கடந்த 34 ஆண்டுகளாகப் புதுச்சேரியில் பிரெஞ்சுப் பேராசிரியராகப் பணியாற்றிவருகிறார். இதுவரை பதினொரு புதினங்களைப் பிரெஞ்சிலிருந்து நேரடியாகத் தமிழாக்கம் செய்துள்ளார். பிரெஞ்சுச் சிறுகதைகளின் மொழியாக்கத் தொகுப்புகள் இரண்டினையும் வெளியிட்டுள்ளார். தமிழிலிருந்து கதைகள், கவிதைகளைப் பிரெஞ்சில் மொழியாக்கம் செய்துள்ளார். குறுந்தொகை, ஐங்குறுநூறு ஆகியவற்றை முழுமையாக இவர் பிரெஞ்சு மொழியாக்கம் செய்திருக்கிறார்.

1994, 2008 ஆகிய ஆண்டுகளில் பிரான்ஸ் சென்று, அரசின் உதவியுடன் பிரான்ஸில் சில மாதங்கள் பயிற்சியும் நூலகங்களில் ஆய்வும் மேற்கொண்டவர். இவரது பிரெஞ்சு – தமிழ் மொழிபெயர்ப்புத் திட்டம் ஒன்றினை, 2018ஆம் ஆண்டு மார்ச் முதல் மூன்று மாதங்கள் பிரான்ஸில் தங்கி முடிக்க பிரெஞ்சு அரசு உதவி செய்தது.

மொழியாக்கப் பணிக்காக இவர் பெற்றுள்ள விருதுகள்:

1. மும்பை 'ஸ்பாரோ' அமைப்பின் '2020ஆம் ஆண்டுக்கான இலக்கிய விருது.'
2. பிரெஞ்சு அரசின் 2021ஆம் ஆண்டுக்கான 'ரோமன் ரோலன் மொழியாக்க விருது.'
3. 2022ஆம் ஆண்டுக்கான 'நல்லி – திசை எட்டும் மொழியாக்க விருது.'

கைப்பேசி: 9952146562

மின்னஞ்சல்: vengadasouprayanayagar@gmail.com

அல்பெர் கமுய்

அயலான்

பிரெஞ்சிலிருந்து தமிழில்
சு.ஆ. வெங்கட சுப்புராய நாயகர்

காலச்சுவடு பதிப்பகம்

● அன்பார்ந்த வாசகருக்கு,

வணக்கம்.

காலச்சுவடு நூலை வாங்கியமைக்கு நன்றி.

நூலின் உள்ளடக்கம், உருவாக்கம், அட்டைப்படம் இன்ன பிற அம்சங்கள் பற்றிய உங்கள் கருத்துகளையும் ஆலோசனைகளையும் காலச்சுவடு வரவேற்கிறது. தகவல், எழுத்து, வாக்கியப் பிழைகள் தென்பட்டால் அவசியம் தெரிவித்து உதவுங்கள். நூல் தயாரிப்பில் கடும் குறைபாடு இருப்பின் மாற்றுப் பிரதி உங்களுக்குக் கிடைக்கக் காலச்சுவடு ஏற்பாடு செய்யும்.

மின்னஞ்சல்: **publisher@kalachuvadu.com**

காலச்சுவடு நாகர்கோவில் அலுவலகத்துக்குக் கடிதம் அனுப்பலாம்.

தங்கள்
எஸ்.ஆர். சுந்தரம் (கண்ணன்)
பதிப்பாளர் – நிர்வாக இயக்குநர்

PAP TAGORE

The Work is published with the support of the Publication Assistance Programmes of the Institut français

L'ETRANGER

Copyright © 1942, Editions Gallimard
All rights reserved

அயலான் * நாவல் * ஆசிரியர்: அல்பெர் கமுய் * பிரெஞ்சிலிருந்து தமிழில்: சு.ஆ. வெங்கட சுப்புராய நாயகர் * முதல் பதிப்பு: நவம்பர் 2024 * வெளியீடு: காலச்சுவடு பப்ளிகேஷன்ஸ் (பி) லிட்., 669, கே.பி. சாலை, நாகர்கோவில் 629001

காலச்சுவடு பதிப்பக வெளியீடு: 1286

ayalaan * Novel * Author: Albert Camus * Translated from the French by S.A. Vengada Soupraya Nayagar * Language: Tamil * First Edition: November 2024 * Size: Demy 1 x 8 * Paper: 18.6 kg maplitho * Pages: 136

Published by Kalachuvadu Publications Pvt. Ltd., 669 K.P. Road, Nagercoil 629001, India * Phone: 91-4652-278525 * e-mail: publications @kalachuvadu.com * Printed at Mani Offset, Chennai 600077

ISBN: 978-93-6110-134-2

11/2024/S.No. 1286, kcp 5143, 18.6 (1) 9ss

மொழிபெயர்ப்பாளர் உரை

வாழ்வைச் சூழும் அபத்தம்

> "மகிழ்ச்சி என்பது என்ன என்று தேடிக் கொண்டிருந்தால் நீ ஒருபோதும் மகிழ்ச்சியாக இருக்கப்போவதில்லை. வாழ்க்கையின் அர்த்தத்தைத் தேடிக்கொண்டிருந்தால் ஒருபோதும் வாழப் போவதில்லை."
>
> – அல்பெர் கமுய்

உலக இலக்கியப் படைப்புகளின் வரிசையில் புகழ்ப் பெற்றவையாக மதிக்கப்படும் நூல்களில் இலக்கியத்திற்கான நோபல் பரிசு பெற்ற பிரெஞ்சு எழுத்தாளர் அல்பெர் கமுய் எழுதிய 'அயலான்' நிச்சயமாக முன்னணியில் நிற்கும். 1942ஆம் ஆண்டு வெளியானது இந்தப் பனுவல். 80 ஆண்டுகளைக் கடந்தும் இதன் வெற்றி தொடர்வதை இன்றும் காண்கிறோம். உலகம் முழுவதும் 75க்கும் மேலான மொழிகளில் மொழியாக்கம் கண்டு எத்தனையோ வாசகர்களையும் படைப்பாளிகளையும் ஈர்த்த பெருமை இதற்கு உண்டு.

இந்த உலகில் வாழும் வாழ்க்கைக்கு அர்த்தம் இருக்கிறதா என்று தேடும் மனிதன், தன் செயல்களுக்கும் அர்த்தத்தைத் தேடுகிறான். கமுய் பார்வையில், நாம் வாழும் உலகம் அர்த்தமற்றதாகும்.

மதத்தின் வழியாகவோ, மார்க்சியம், இருத்தலியல் போன்ற கோட்பாடுகள் வழியாகவோ அல்லாமல், முற்றிலும் மனிதாபிமான வழியில் வாழ்வின் அபத்தத்தை எதிர்கொள்ள விரும்புகிறார் அவர்.

உலகுக்கு மட்டுமில்லாமல் தனக்கே அயலானாக இருப்பதுதான் அபத்தம் என்று அல்பெர் கமுய் கருதுகிறார்.

அவ்வகையில், இந்தக் கதையின் நாயகன் மெர்சோ முழுமையானதோர் அயலானாகப் படைக்கப்பட்டிருக்கிறான்.

அல்பெர் கமுய் எழுதிய இந்தக் கதையை வாசித்து அனுபவித்தவர்கள், கவிதை வரியைப் போல், இந்தப் படைப்பின் முதல் வரிகளைச் சுட்டுவார்கள்:

"இன்று அம்மா இறந்துவிட்டார். நேற்றாகவும் இருக்கலாம். தெரியவில்லை. . ."

இவ்வாறு எடுத்த எடுப்பிலேயே, தன் அசாதாரண அலட்சியத்தால் இந்த வாழ்வின் அசைவுகளை எதிர்கொள்ளும் ஒருவனின் கதையுடன் வாசகர்களின் கவனத்தைத் தூண்டும் பிரதி இது.

யாரையும் உலுக்கும் தாயின் மரணத்தைச் சமூகத்தின் பார்வையில் வித்தியாசமாகக் கையாளும் மெர்சோவின் கதை மீது நம் ஆர்வம் எழுகிறது.

தன்னைச் சுற்றியுள்ள சமூகத்தின் கண்களுக்கு அயலானாகத் தோன்றும் மெர்சோவைக் கதைமாந்தனாகவும் கதைசொல்லியாகவும் கமுய் படைத்துள்ளார். தன்னைச் சூழ்ந்துள்ள உலகம் கடைப்பிடித்துவரும் அலட்சியத்தை அவன் உணர்கிறான். மற்றவர்களைப் போல் பொய் சொல்லவோ அழவோ தெரியாததால் சமூகத்தால் வகுக்கப்பட்ட மதிப்பீடுகளுக்கு ஆளாக வேண்டியவனாகிறான்.

மெர்சோ என்ற வித்தியாசமான மனிதனைக் கதாநாயகனாகக் கொண்ட இந்தப் புதினத்தில், அவன்மீதான வழக்கு விசாரணை முக்கிய இடம் வகிக்கிறது. நீதிபதிகள் அடங்கிய குழு ஒன்று அவனை விசாரிக்கும் அதே நேரத்தில், வாசகர்கள் பெரும்பாலானோர் வழக்குரைஞர்கள் ஆகி, நீதிபதிகளாகி அவனை விடுவிக்கவோ, அவனுடைய தண்டனையை உறுதிசெய்யவோ முயன்றுகொண்டிருப்பர். "தான் வாசிக்கும் நூலின் ஆசிரியராக வாசகர் மாறுவதுதான் ஒரு நூலின் சிறப்பம்சம்" என்பார் பிரெஞ்சுப் பெண் எழுத்தாளர் அமேலி நொத்தோம்ப். அவ்வகையில் வாசகரை நூலுக்குள், நூலுடன் இணைத்துச் செயலாற்ற வைக்கும் கமுயின் ஆற்றல்தான் இன்றளவும் இந்தப் புதினம் தொடர்ந்து வாசிக்கப்படுவதற்கும் விவாதப் பொருளாக இருப்பதற்கும் வழி வகுத்திருக்கிறது.

மொழியாக்கத்தைப் பொறுத்தவரை, சராசரி மனிதனாகவும், நேர்ந்துவிட்ட அசம்பாவிதத்தால் தண்டனை அனுபவிக்கும் ஒருவனாகவும் உள்ளவனின் வாக்குமூலம்போன்ற தோற்றம் கொண்ட பிரதி இது என்பதால் கமுய் கையாண்டுள்ள எளிமை யான நடையை நம் மொழியின் அமைப்புக்கேற்ப மடைமாற்றி இருக்கிறேன். வாசிப்பு ஓட்டம் தடைப்படாமல் இருக்க, நமக்கு அதிகப் பரிச்சயமில்லாத பண்பாடுசார் சொற்களை இயன்றவரை பிரதியிலேயே ஒன்றிவரச் செய்திருக்கிறேன். ஓரிரு சொற்களுக்கு மட்டும் நூலின் இறுதியில் விளக்கம் அளித்துள்ளேன்.

எனக்கு இந்த மொழியாக்கப் பணியில் எப்போதும்போல் என் பேராசிரியர் கொமாந்தர் இரா. கிருஷ்ணமூர்த்தி உதவியாக இருந்தார்; அவருக்கு என் உளமார்ந்த நன்றி.

அவ்வப்போது எழும் ஐயங்களுக்குத் தொலைபேசிவழி விவாதித்து விளக்கம் அளித்து உதவிய நண்பர் நாகரத்தினம் கிருஷ்ணாவுக்கு என் நெஞ்சார்ந்த நன்றி.

என் மொழியாக்கப் பணியை ஊக்குவித்துவரும் பேராசிரியர்கள் க. பஞ்சாங்கம், தமிழ்மாமணி அ. பசுபதி, ராஜ்ஜா, து. சம்பந்தன் ஆகியோருக்கு என் மனமார்ந்த நன்றி.

இந்த மொழியாக்கத்தின் எழுத்துப் பிழைகளைக் களைந்து செப்பம் செய்தும், மொழியாக்கப் பணியை ஊக்கப்படுத்தியும் வரும் நண்பர் புதுவை சீனு, தமிழ்மணிக்குப் பாசமிகு நன்றி.

வழக்கம்போல், இந்த நூலாக்கத்திலும் என் மனைவி வெ. சிவகாமிக்குப் பெரும் பங்கு உண்டு.

அவருக்கும் இதனைச் செம்மையாக்கி அழகிய முறையில் வெளியிட்ட காலச்சுவடுக் குழுமத்திற்கும் மிக்க நன்றி. என் மொழிபெயர்ப்புகள்மீது ஆர்வம் கொள்ளும் வாசகர்கள் இந்த மொழியாக்க நூலினையும் வரவேற்பார்கள் என்று எதிர்பார்க்கிறேன்.

சு.ஆ. வெங்கட சுப்புராய நாயகர்

பகுதி I

1

இன்று அம்மா இறந்துவிட்டார். நேற்றாகவும் இருக்கலாம்; தெரியவில்லை. முதியோர் இல்லத்திலிருந்து தந்தி வந்திருந்தது. “உங்கள் அம்மா காலமானார். நாளை அடக்கம். ஆழ்ந்த இரங்கல்.” அதில் குறிப்பாக எதுவும் இல்லை. நேற்றாகக்கூட இருக்கலாம்.

அந்த முதியோர் இல்லம் அல்ஜியர்ஸ் பகுதியிலிருந்து 80 கிலோமீட்டர் தொலைவில் உள்ள மரேங்கோவில் இருக்கிறது. பகல் இரண்டு மணிக்குப் பேருந்தில் ஏறினால், பிற்பகலில் அங்கு போய்ச் சேருவேன். உடல் அருகில் இரவு கண்விழிக்கும் சடங்கை முடித்துவிட்டு நாளை மாலை வீடு திரும்புவதற்குச் சரியாக இருக்கும். என் மேலதிகாரியிடம் இரண்டு நாட்கள் விடுமுறை கேட்டேன். இது போன்றதொரு சந்தர்ப்பத்தில் அவரால் மறுக்க முடியவில்லை. என்றாலும், அவர் முகத்தில் திருப்தி இல்லை. “இதில் என் தவறு எதுவும் கிடையாது” என்றுகூடச் சொல்லிப் பார்த்தேன். அவர் பதில் எதுவும் பேசவில்லை. நான் அப்படி அவரிடம் பேசியிருக்கக் கூடாதோ என்று நினைத்துக்கொண்டேன். எப்படியானாலும் நான் வருத்தம் தெரிவிக்க வேண்டியதே இல்லை. பார்க்கப்போனால், அவர்தான் என்னிடம் தனது அனுதாபத்தைத் தெரிவிக்க வேண்டும். நாளை மறுநாள் நான் துக்க உடையில் இருப்பதைப் பார்க்கும்போது அவர் நிச்சயம் அனுதாபம் தெரிவிக்கலாம். இப்போதைக்கு, என் அம்மா

இறக்காததைப் போலத்தான். மாறாக, நல்லடக்கம் முடிந்த பிறகு, அது முடிந்த கதையாகி, அனைத்தும் அதிகாரப்பூர்வமாகி விடும்.

இரண்டு மணிக்குப் பேருந்தில் ஏறினேன். வெயில் பயங்கரமாக இருந்தது. வழக்கம்போல் செலெஸ்த்தின் உணவகத்தில் சாப்பிட்டேன். எனக்காக அவர்கள் அனைவரும் பெரிதும் வருந்தினர். "யாராக இருந்தாலும் தாய் என்று ஒரேயொருவர்தானே இருக்க முடியும்" என்று செலெஸ்த் எனக்கு ஆறுதல் கூறினான். நான் புறப்பட்டபோது, வாசல்வரை வந்து என்னை வழியனுப்பி வைத்தான். எமானுவேல் வசிக்கும் அடுக்ககம்வரை ஏறிச் சென்று கறுப்பு கழுத்துப்பட்டி (டை), கைப்பட்டை ஆகியவற்றை வாங்கிவர வேண்டும். அதனால் எனக்குச் சற்றே சங்கடமாக இருந்தது. சில மாதங்களுக்கு முன்தான் எமானுவேலின் மாமா இறந்திருந்தார்.

பேருந்துக்கு நேரமாகிவிடக் கூடாது, வேகமாக நடந்தேன். இந்த அவசரம், ஓட்டம், குலுங்கிய பேருந்துப் பயணம் இவற்றுடன் பெட்ரோல் நெடி, பாதையும் வானமும் உண்டாக்கிய வெளிச்சம் என இத்தனையும் சேர எனக்குத் தூக்கம் சொக்கியது. ஏறக்குறையப் பயணம் முழுவதும் தூங்கிக் கொண்டேதான் வந்தேன். விழிப்பு ஏற்பட்டபோது, என் பக்கத்தில் இருந்த இராணுவ வீரர்மீது நான் சாய்ந்திருப்பது தெரிந்தது. என்னைப் பார்த்துச் சிரித்த அவர், வெகுதூரத்தில் இருந்து வருகிறேனா என்று விசாரித்தார். பேச்சை அவர் வளர்த்துக்கொண்டு போவதைத் தவிர்க்க, "ஆமாம்" என்று சொல்லிவைத்தேன்.

அந்த முதியோர் இல்லம், கிராமத்திலிருந்து இரண்டு கிலோமீட்டர் தூரத்தில் இருந்தது. நடந்தே சென்றேன். உடனடியாக அம்மாவைப் பார்த்துவிட விரும்பினேன். ஆனால், அந்த இல்லத்தின் பொறுப்பாளரோ நான் அங்குள்ள இல்ல நிர்வாகியைச் சந்தித்தாக வேண்டும் என்றார். அவர் ஏதோ வேலையாக இருக்க, சிறிது நேரம் காத்திருந்தேன். இடைப்பட்ட நேரம் முழுவதும் பொறுப்பாளர் பேசிக்கொண்டே இருந்தார். பிறகு, நிர்வாகியைச் சந்தித்தேன். அவரது அலுவலகத்தில் அமரவைத்துப் பேசினார். வயதானவர். சிறிய உருவம். *லெழியோன் தொனேர்* என்ற கௌரவம் பெற்றவர். தெளிவான கண்களுடன் என்னைப் பார்த்துப் பேசினார். என் கைகளைக் குலுக்கிய அவர் நீண்டநேரம் விடுவதாக இல்லை. அவரிட மிருந்து விடுவித்துக்கொள்ளத் தெரியாமல் விழித்தேன். கோப்பு ஒன்றைப் புரட்டிப் பார்த்த அவர், "திருமதி மெர்சோ இங்கு வந்து மூன்று வருடம் ஆகிறது. அவருக்கு நீங்கள்தான் ஒரே ஆதரவாக

14 அல்பெர் கமுய்

இருந்தீர்கள்" என்றார். என் மீது ஏதோ குறை காண்கிறார் என்று நினைத்த நான் அவருக்கு நிலைமையை விளக்க ஆரம்பித்தேன். ஆனால், அவர் என்னை இடைமறித்து, "தம்பி, நீங்கள் எதுவும் விளக்கம் தர வேண்டிய அவசியமில்லை. உங்கள் அம்மா குறித்த கோப்பை நான் வாசித்து விட்டேன். அவருடைய தேவைகளை உங்களால் நிறைவேற்ற முடியாமல் இருந்தீர்கள். அவருக்குத் துணை தேவைப்பட்டது. உங்கள் சம்பளமும் குறைவு. எல்லாவற்றையும் கூட்டிக் கழித்துப் பார்த்தால், இங்கு அவர் மிகவும் மகிழ்ச்சியாகதான் இருந்தார்" என்று கூறி முடித்தார். நான் உடனே "உண்மைதான் சார்" என்றேன். தொடர்ந்து பேசியவர், "உங்களுக்குத் தெரியுமா? அவருக்கு இங்கு நண்பர்கள் இருந்தனர். அனைவரும் அவர் வயதுக்காரர்கள். கடந்தகால விஷயங்களை அவர்களுடன் பகிர்ந்துகொள்ள அவரால் முடிந்தது. நீங்களோ இளைஞர். உங்களுடன் இருந்திருந்தால் அவருக்குச் சலிப்பு ஏற்பட்டிருக்கும்."

அது உண்மைதான். வீட்டில் இருந்தவரை மௌனமாகத் தன் கண்களால் என்னைக் கவனித்தபடியே காலம் கழித்து வந்தார். முதியோர் இல்லத்திற்கு வந்த புதிதில் சில நாட்கள் அடிக்கடி அழுவார். புதிய இடத்திற்கு அவர் பழகாததுதான் அதற்குக் காரணம். சில மாதங்கள் சென்ற பிறகு, அங்கிருந்து அவரை வெளியில் அழைத்து வந்திருந்தாலும் அழுதிருப்பார்; அதற்கும் பழக்கம்தான் காரணம். இதனால்தான் கடைசி ஓராண்டு நான் ஏறக்குறைய அங்கு போகவேயில்லை. அத்துடன், பேருந்துச் சீட்டு வாங்கவும் இரண்டு மணிநேரப் பயணம் செய்யவும் வேண்டும் என்ற கட்டாயம் ஒருபுறம் இருக்க என் ஞாயிற்றுக்கிழமையை அது முழுமையாக விழுங்கிவிடும் என்பதும் ஒரு காரணம்.

முதியோர் இல்ல நிர்வாகி மேலும் பேசிக்கொண்டிருந்தார். அவர் கூறியதை ஏறக்குறைய நான் சரியாகக் கவனிக்காமல் இருந்தேன். பிறகு அவர், "சரி, உங்கள் அம்மாவைப் பார்க்க விரும்புகிறீர்கள் என்று நினைக்கிறேன்" என்று கூற, நான் எதுவும் சொல்லாமல் எழுந்து நின்றேன். கதவை நோக்கி நடந்த அவரைத் தொடர்ந்தேன். படிகளில் ஏறிச் செல்லும்போது, சில தகவல்களை எனக்குத் தெரிவித்தார். "எங்களிடம் இருக்கும் சிறிய சவக்கூடத்துக்கு அவரது உடலைக் கொண்டுபோய்விட்டோம். ஏனெனில், மற்றவர்கள்மீது தாக்கத்தை ஏற்படுத்தக் கூடாது. இங்கு இருப்பவர்கள் யார் இறந்தாலும், அவருடன் இருந்தவர்கள் இரண்டொரு நாட்களுக்குப் பதற்றமடைவார்கள். பின்னர், அவர்களைப் பார்த்துக்கொள்வது எங்களுக்குச் சிரமமாகிவிடுகிறது" என்றார். நாங்கள் கடந்துசென்ற

முற்றத்தில் வயதானவர்கள் சிறு சிறு குழுக்களாக நின்று பேசிக் கொண்டிருந்தனர். நாங்கள் அவர்களைக் கடந்து செல்லும் போது பேசுவதை நிறுத்திவிட்டுப் பிறகு தொடர்ந்தனர். அவர்களது பேச்சு கிளிக் கூட்டத்தின் கீச்சொலிபோல் இருந்தது என்று சொல்லலாம். சிறிய கட்டடத்தின் வாசல் அருகில் வந்ததும் என்னிடமிருந்து அந்த நிர்வாகி விடைபெற்றார். "மெர்சோ, நான் புறப்படுகிறேன். உங்களுக்கு என்ன வேண்டு மென்றாலும் என்னை அலுவலகத்தில் சந்திக்கலாம். இப்போதைக்கு, நாளை காலை 10 மணிக்கு அடக்கம் செய்ய ஏற்பாடு செய்யப்பட்டுள்ளது. காரணம் இருக்கிறது, காலமாகிவிட்ட உங்கள் அம்மாவின் அருகில் அடக்கம் செய்யப்படும் நாளின் முன் இரவில் கண்விழிக்க உங்களுக்கு வசதியாக இருக்கும் என்று நினைத்தோம். போகும்முன் மேலும் ஒரு விஷயத்தைச் சொல்லிவிடுகிறேன். மத வழக்கப்படி அடக்கம் செய்யப்பட வேண்டும் என்ற விருப்பத்தைத் தன் நண்பர்களிடம் உங்கள் அம்மா அடிக்கடி சொல்லிக் கொண்டிருப்பார் என்று கேள்விப்பட்டேன். அவரது விருப்பத்தை நிறைவேற்றத் தேவையானதை நானே ஏற்பாடு செய்துவிட்டேன். இருந்தாலும் உங்களுக்கும் அதைத் தெரிவிக்க வேண்டும் என்று நினைத்தேன்" என்றார். அவருக்கு நன்றி கூறினேன். அம்மா நாத்திகராக இல்லை என்றாலும், உயிரோடு இருந்தபோது மதத்தைப் பற்றிப் பெரிதாக அலட்டிக் கொண்டதில்லை.

கட்டடத்துக்குள் நுழைந்தேன். கண்ணாடிக் கூரை, வெள்ளையடிக்கப்பட்ட சுவர்கள் என அந்த அறை நல்ல வெளிச்சத்துடன் இருந்தது. பெருக்கல் குறி வடிவச் சிறு பலகை மேசைகளும் நாற்காலிகளும் போடப்பட்டிருந்தன. நடுவில் இருந்த இரண்டு மேசைகளின் மீது மூடப்பட்ட சவப்பெட்டி ஒன்று இருந்தது. அடற்பழுப்பு நிற மரப்பலகைகள்மீது ஆழமாகச் செலுத்தப்படாமல் வெளியே நீட்டிக்கொண்டிருந்த ஜொலிக்கும் ஆணிகள் மட்டுமே தெரிந்தன. சவப்பெட்டியின் அருகில் வெள்ளை அங்கி, தலையில் எடுப்பான நிறத்தில் கட்டியிருந்த கைக்குட்டையுடன் அரபுச் செவிலி ஒருத்தி நின்றிருந்தாள்.

அப்போது, பொறுப்பாளராக இருக்கும் நபர் எனக்குப் பின்பாக வந்துநின்றார். அனேகமாக ஓடி வந்திருப்பார், அதனால் பேச்சு சற்றே குழறியது. "சவப்பெட்டியை மூடி விட்டனர். நீங்கள் அவரைப் பார்க்க வேண்டும் என்றால் அதைத் திறக்க வேண்டும்" என்று சொல்லியபடியே சவப்பெட்டி அருகில் சென்றார். அவரைத் தடுத்து நிறுத்தினேன். "ஏன்

பார்க்க வேண்டாமா?" என்று கேட்டார். "வேண்டாம்" என்றதும் எதுவும் பேசாமல் அப்படியே நின்றார். எனக்கு என்னவோபோல் இருந்தது. அப்படிச் சொல்லியிருக்கக் கூடாதோ என்று தோன்றியது. என்னை உற்றுப்பார்த்த அவர், "ஏன்?" என்று கேட்டார். ஆனால் அவர் கேள்வியில் என்மீது குற்றம் கண்டுபிடிக்கும் தொனி இல்லை. பொதுவாகத் தெரிந்துகொள்ளும் ஆர்வமே இருந்தது. "தெரிய வில்லை" என்று பதில் சொன்னேன். மீசையை முறுக்க ஆரம்பித்தார். பிறகு என் பக்கம் திரும்பாமலேயே, "புரிகிறது" என்றார். அவரது கண்கள் வெளிர் நீலத்தில் அழகாக இருந்தன. சற்றே சிவந்த உருவம். அங்கு இருந்த நாற்காலியில் என்னை உட்காரச் சொல்லிவிட்டு அவரும் எனக்குப் பின்புறம் சற்றுத் தள்ளி உட்கார்ந்துகொண்டார். துணைக்கு இருந்த செவிலிப் பெண் எழுந்து வெளியே செல்ல வாசலை நோக்கி நடந்தாள். அப்போது இல்லப் பொறுப்பாளர், "அவளுக்குக் கிரந்திப்புண்" என்றார். அவர் கூறியது எனக்கு புரியாமல் போகவே செவிலிப் பெண்ணைப் பார்த்தேன். அப்போதுதான் அவள் கண்களுக்குக் கீழே தலையைச் சுற்றி கட்டுப் போடப்பட்டிருந்ததைக் கவனித்தேன். மூக்கின் மீது தட்டையாக இருந்த அந்தக் கட்டின் வெண்மை மட்டுமே அவளது முகத்தில் தெரிந்தது.

அவள் வெளியே போன பிறகு, பொறுப்பாளர் என்னைப் பார்த்து, "உங்களைத் தனியாக விட்டுப் போகிறேன்" என்றார். நான் என்ன செய்தேன் என்று தெரியவில்லை; அவர் என் பின்னாலேயே நின்றுகொண்டிருந்தார். அவ்வாறு நின்று கொண்டிருந்தது எனக்கு அசௌகரியமாக இருந்தது, அந்திப் பகல் நேர அழகிய வெளிச்சம் அந்த அறையை நிறைத்திருந்தது. இரண்டு பெரிய வண்டுகள் கண்ணாடிக் கூரை மீது மோதியபடி ரீங்கரித்துக்கொண்டிருந்தன. என்னையும் மீறித் தூக்கம் சொக்குவதை உணர்ந்தேன். இல்லப் பொறுப்பாளர் பக்கம் திரும்பாமல், "ரொம்ப நாளாக இங்கு இருக்கிறீர்களா?" என்று கேட்டேன். "ஐந்து ஆண்டுகளாக இருக்கிறேன்" என்று உடனடியாக அவரிடமிருந்து பதில் வந்தது. அவர் பதில் அளித்த விதத்தைப் பார்த்தால் என் கேள்விக்காக நீண்ட நேரமாக எதிர்பார்த்திருந்ததைப் போல் இருந்தது.

பிறகு அவர் நிறையப் பேசிக்கொண்டே இருந்தார். அந்த மரேங்கோ இல்லத்தில் பொறுப்பாளாராக வேலைக்குச் சேர்வார் என்று யாராவது ஆரூடம் கூறியிருந்தால் அதனைக் கேட்டு அவர் ஒரு காலத்தில் ஆச்சரியப்பட்டிருப்பாராம். பாரீஸ் நகரைச் சேர்ந்த அவருக்கு 64 வயதாகிறது என்றும் தெரிந்தது. இந்த இடத்தில் அவரை இடைமறித்து, "அப்படியா? நீங்கள் இந்த

ஊர் கிடையாதா?" என்று கேட்டேன். அத்துடன் இல்லத்தின் நிர்வாகியிடம் அழைத்து செல்லும் முன் என் அம்மாவைப் பற்றி அவர் பேசிக்கொண்டிருந்தது நினைவுக்கு வந்தது. சவ அடக்கத்தை விரைவாக முடித்துவிட வேண்டும் என்று அவர் சொல்லியிருந்தார். ஏனெனில், சமவெளிப் பகுதிகளில் வெப்பம் அதிகம். அதுவும் குறிப்பாக இந்த ஊரில் அப்படித்தான் இருக்கும். தாம் பாரீஸில் வசித்து வந்ததைப் பற்றியும் அந்த வாழ்க்கையை மறக்க முடியாமல் இருப்பதைப் பற்றியும் அப்போதுதான் அவர் குறிப்பிட்டார். "பாரீஸில், சில நேரங்களில் மூன்று நான்கு நாட்கள்வரைகூட வைத்திருப்பார்கள். இங்கோ யாருக்கும் அவ்வளவு நேரமில்லை. ஒருவர் இறந்துவிட்டார் என்பதை உள்வாங்குவதற்குக்கூட நேரம் இருக்காது. அதற்குள் சவ வண்டிக்குப் பின் ஓட வேண்டியிருக்கும்." அப்போது அவருடைய மனைவி குறுக்கிட்டு, "சும்மா இரு. இதையெல்லாம் அவரிடம் சொல்லிக்கொண்டு..." என்று தடுத்தார். தவறை உணர்ந்து முகம் சிவந்து வருத்தம் தெரிவித்தபோது நான் குறுக்கிட்டு, "இல்லை. பரவாயில்லை" என்று சொன்னேன். அவர் கூறியதில் தவறு எதுவுமில்லை என்பதுடன் புதிய தகவல் ஒன்றையும் தெரிந்துகொண்டதாக உணர்ந்தேன்.

அந்தச் சிறிய சவ அறையில் பேசிக்கொண்டிருந்தபோது, இந்த முதியோர் இல்லத்துக்கு வரக் காரணம் தன்னுடைய பணத்தட்டுப்பாடுதான் என்று தெரிவித்தார். இந்த இல்லப் பொறுப்பாளர் பணியைப் பெறுவதற்கான தகுதி தனக்கு இருப்பதாக உணர்ந்ததால் முயற்சிசெய்துள்ளார். எப்படியும் நீங்களும் இந்த இல்லத்தில் தங்கி இருந்தவர்தானே என்று சுட்டிக்காட்டியபோது அதை அவர் மறுத்தார். அவரைவிட அதிக வயதில்லாதவர்களும் அந்த இல்லத்தில் இருந்தனர். அவர்களைப் பற்றிப் பேசும்போது "அவர்கள்", "மற்றவர்கள்" என்றும் மிக அரிதாக "கிழங்கள்" என்றும் அவர் குறிப்பிட்டது எனக்கு ஆச்சரியமாக இருந்தது. உண்மைதான். அவருடைய விஷயம் வேறுதான். அவர் ஒரு பொறுப்பாளர். ஆகவே ஒரு வகையில் அங்கு இருக்கும் மற்றவர்கள்மீது அதிகாரம் செலுத்தும் சில உரிமைகளைப் பெற்றவர்.

வெளியில் சென்றிருந்த செவிலிப்பெண் அப்போது திரும்பினாள். திடீரென அந்தி சாய்ந்திருந்தது. கண்ணாடிக் கூரை வழியாக மிக விரைவாக இரவு ஊடுருவியது. பொறுப்பாளர் மின்விளக்கை எரியவிட அந்தத் திடீர் வெளிச்சம் என் கண்களைக் கூசவைத்தது. அங்கிருந்த உணவுக் கூடத்துக்கு என்னைச் சாப்பிட அழைத்தார். எனக்குப் பசியில்லை என்றதும் காபி கொண்டு வரட்டுமா என்று

கேட்டார். பால் கலந்த காபி எனக்கு மிகவும் பிடிக்கும் என்பதால் சரி என்றேன். சிறிது நேரத்தில் தட்டில் காபியுடன் வந்தார். காபி குடித்து முடித்தேன். அப்போது புகைக்க வேண்டும்போல் இருந்தது. ஆனால், தயக்கமாக இருந்தது. ஏனெனில், அம்மாவின் எதிரில் அவ்வாறு புகைக்கலாமா என்று தெரியவில்லை. யோசித்துப்பார்த்தேன். இதில் பெரிதாக ஒன்றுமில்லை. பொறுப்பாளருக்கும் சிகரெட் தந்தேன். இருவரும் புகைத்தோம்.

ஒரு கட்டத்தில், அவர் என்னிடம், "உங்கள் அம்மாவின் நண்பர்களும் இப்போது கண்விழித்திருக்க வருவார்கள். இது ஒரு வழக்கம். நான் போய்ச் சில நாற்காலிகளையும் வருபவர்களுக்குக் கொடுக்க கருப்புக் காபியும் கொண்டு வருகிறேன்" என்றார். அறையில் எரிந்துகொண்டிருந்த விளக்குகளில் ஒன்றை நிறுத்த முடியுமா என்று கேட்டேன். வெள்ளைச் சுவர்களில் பட்டுப் பிரதிபலித்த வெளிச்சம் கண்களுக்கு அயற்சியளித்தது. அதற்கு வாய்ப்பில்லை என்று அவர் பதிலளித்தார். ஏனெனில், விளக்குகளை அவ்வாறு அமைத்து இருந்தனர். எரிந்தால் எல்லா விளக்குகளும் எரியும் இல்லையென்றால் எதுவும் எரியாது. அவர் அதன் பின்னும் ஏதோ சொன்னார். நான் கவனம் செலுத்தவில்லை; வெளியே சென்றவர் நாற்காலிகளுடன் திரும்பி வந்தார். ஒரு நாற்காலி மீது காபி பாத்திரத்தையும், சில குவளைகளையும் வைத்தார். பிறகு, அம்மாவுக்கு அந்தப் பக்கமாக, என் எதிரில் உட்கார்ந்து கொண்டார். பணிப்பெண்ணும் அறையின் கோடியில், அந்தப் பக்கமாகப் பார்த்தபடி உட்கார்ந்திருந்தாள். அவள் என்ன செய்துகொண்டிருந்தாள் என்பது இங்கிருந்து தெரியவில்லை. ஆனால், அவளது கை அசைவை வைத்துப் பார்த்தால் ஏதோ பின்னல் வேலையாக இருக்க வேண்டும். வானிலை இதமாக இருந்தது. சற்றுமுன் அருந்திய காபி என் உடலுக்குக் கதகதப்பைத் தந்தது. திறந்திருந்த கதவின் வழியாக மலர் மணம் கலந்த இரவின் வாசம். சற்றே தூங்கிவிட்டிருக்கிறேன்.

ஏதோ ஒரு சலசலப்பில் விழித்துக்கொண்டேன். கண்களை மூடியபடியே இருந்ததால், அந்த அறை அதிக வெண்மையுடன் மேலும் பிரகாசமாகத் தெரிந்தது. என் முன் இருப்பவை அனைத்தும், ஒவ்வொரு பொருளும், ஒவ்வொரு வளைவும் தெரிந்தன. கண்களைக் கூசவைக்கும் தூய்மையுடன் அத்தனை வளைவுகளும்கூடத் தெளிவாகத் தெரிந்தன. அப்போதுதான் அம்மாவின் நண்பர்களும் உள்ளே நுழைந்தனர். ஏறக்குறையப் பத்துப் பேர் இருப்பார்கள். கண்களைக் கூசவைக்கும் இந்த ஒளியின் கீழ் அவர்கள் அமைதியாகக் கூடியிருந்தனர். நாற்காலிகளை நகர்த்தும் சத்தம் கேட்காதவாறு

தங்கள் இருக்கைகளில் அமர்ந்துகொண்டனர். அதுவரையில் அவர்களில் யாரையும் நான் பார்த்ததில்லை என்பதால் அவர்கள்மீது பார்வையைச் செலுத்தினேன். அவர்களது முகம் அல்லது உடை என எந்தவொரு அம்சத்தையும் தவறவிடாத வகையில் என் பார்வை இருந்தது. இத்தனைக்கும் அவர்கள் பேசியது எனக்குக் கேட்கவில்லை. அவர்கள் அங்கு இருந்ததை நம்புவதே எனக்குக் கடினமாக இருந்தது. ஏறக்குறைய அங்கு வந்திருந்த பெண்கள் அனைவரது அங்கிகளும் அவற்றின் நாடாவால் உடலோடு இறுக்கமாகக் கட்டப்பட்டிருந்தன. இது அவர்களது பருத்த வயிற்றுப் பகுதியை எடுப்பாகக் காட்டியது. வயதானப் பெண்களுக்கு இந்த அளவு பருத்த வயிற்றுப்பகுதி இருக்கும் என்று நான் இதுவரை நினைத்துப்பார்த்ததில்லை. ஏறக்குறைய அங்கிருந்த ஆண்கள் அனைவரும் ஒல்லியாகக் கைத்தடியுடன் இருந்தனர். அவர்களது முகங்களைப் பார்த்த போதுதான் ஒரு விஷயம் என் கவனத்தை ஈர்த்தது. அவர்களுடைய கண்கள் தெரியவில்லை. மாறாக, சுருக்கம் விழுந்த கூட்டுக்குள் மங்கிய ஒளிபோல் அவை இருந்தன. அவர்களில் பெரும்பாலானவர்கள் உட்காரப் போனபோது, என்னைப் பார்த்து ஒருவிதச் சங்கடத்தோடு தலையை அசைத்தனர். பற்கள் எதுவுமில்லாத வாய்களுக்குள் புதைந்திருந்த உதடுகளுடன் அவர்கள் இருந்ததால் என்னைப் பார்த்து வணக்கம் தெரிவித்தார்களா அல்லது அது அவர்களது கட்டுப்படுத்த முடியாத ஓர் உடல் அசைவா என்று தெரியவில்லை. வணக்கம்தான் தெரிவித்திருப்பார்கள் என்று நினைத்துக்கொண்டேன். எனக்கு எதிரில் பொறுப்பாளரைச் சுற்றி உட்கார்ந்திருந்த அவர்கள் தலையை மேலும் கீழும் அசைத்தபடி இருந்ததை அப்போதுதான் கவனித்தேன். என்னை மதிப்பீடு செய்யத்தான் அவர்கள் அங்கு வந்துள்ளார்கள் என்ற நகைப்புக்குரிய எண்ணம் ஒரு கணம் எனக்கு ஏற்பட்டது.

சிறிது நேரம் கழிந்ததும், இந்தப் பெண்களில் ஒருவர் அழ ஆரம்பித்தார். இரண்டாவது வரிசையில் அமர்ந்திருந்த அந்தப் பெண்ணை இன்னொரு பெண் மறைத்திருந்ததால் சரியாகத் தெரியவில்லை. அவர் விட்டு விட்டுச் சீராக அழுது கொண்டிருந்தார். அழுகையை அவர் நிறுத்துவதாகத் தெரிய வில்லை. உடன் இருப்பவர்களுக்கும் அவரது அழுகை காதில் விழுந்ததாகத் தெரியவில்லை. தளர்ந்துபோய்ச் சோகமாக இருந்த அவர்கள் அமைதி காத்தனர். சவப்பெட்டி அல்லது தங்கள் கைத்தடி, இல்லாவிட்டால் வேறு ஏதோ ஒன்றின்மீது அவர்கள் பார்வை சென்றது. எதுவாக இருந்தாலும் அதை மட்டுமே பார்த்தபடி இருந்தனர். அந்தப் பெண் அழுகையை

நிறுத்தவேயில்லை. எனக்கு ஆச்சரியமாக இருந்தது. ஏனெனில் அவர் இதற்குமுன் எனக்கு அறிமுகமில்லை. அவர் அழுவதை இதற்குமேல் கேட்டுக்கொண்டிருக்க முடியாது எனத் தோன்றியது. இருந்தாலும் அதை அவரிடம் சொல்லும் துணிவு எனக்கு இல்லை. இல்லப் பொறுப்பாளர் அந்தப் பெண் பக்கமாகக் குனிந்து காதோரம் பேசிப்பார்த்தார். ஆனால், தலையை ஆட்டிய அந்தப் பெண் ஏதோ முணுமுணுத்துவிட்டு மீண்டும் அதே சீரான இடைவெளியில் அழுகையைத் தொடர்ந்தார். எனவே பொறுப்பாளர் என்னை நோக்கி வந்தார். என் பக்கத்தில் வந்து உட்கார்ந்தார். நீண்ட நேர மௌனத்துக்குப் பின், என் பக்கம் திரும்பாமலேயே அந்தப் பெண்ணைக் குறித்த தகவல்களைத் தெரிவித்தார். "அவர் உங்கள் அம்மாவுடன் மிகவும் நெருங்கிப் பழகியிருக்கிறார். இங்கு உள்ளவர்களில் அவருக்கு இருந்த ஒரே நண்பர் உங்கள் அம்மா மட்டுமே என்றும், இனித் தனக்கு யாருமில்லை என்றும் கூறுகிறார்."

நாங்கள் அமர்ந்திருக்க, இப்படியே நீண்ட நேரம் கழிந்தது. அந்தப் பெண்ணின் விம்மல்களும் பெருமூச்சுகளும் இப்போது ஏறக்குறைய நின்றிருந்தன. மூக்கை மட்டும் தொடர்ந்து உறிஞ்சியபடி இருந்தார். ஒரு வழியாக அதையும் நிறுத்திக்கொண்டார். என் தூக்கம் கலைந்துவிட்டாலும் களைப்பாக உணர்ந்தேன். இடுப்பில் வலி. இப்போது அனைவரும் காத்த மௌனம் என்னால் தாங்கிக்கொள்ள முடியாமல் இருந்தது. அவ்வப்போது வினோதமான சத்தம் மட்டும் கேட்டது. என்ன சத்தம் என்று எனக்குப் பிடிபட வில்லை. இப்படியே சிறிது நேரம் கழிந்ததும் அது எங்கிருந்து வருகிறது என்பதை என்னால் ஊகிக்க முடிந்தது. அங்கிருந்த முதியவர்கள் சிலர் தங்கள் வாயின் உள்ளே எச்சிலை உறிஞ்சியபோது வெளிப்பட்ட விசித்திரமான சத்தம்தான் அது. அவர்களோ அதைப்பற்றிக் கவலைப்படாமல் ஏதோ யோசனையில் மூழ்கியிருந்தார்கள். அவர்களிடையே அதோ இறந்துபோய் உறங்கிக்கொண்டிருப்பவர் அவர்கள் பார்வையில் அர்த்தமற்றவராகிப் போயிருந்தார் என்ற எண்ணம்கூட எனக்கு ஏற்பட்டது. ஆனால், அந்த எண்ணம் தவறானது என்று இப்போது நினைக்கிறேன்.

இல்லப் பொறுப்பாளர் பரிமாறிய காபியை எல்லோரும் அருந்தினோம். பிறகு என்ன நடந்தது என்று தெரியவில்லை. இரவு கழிந்தது. இடையில் ஒருமுறை நான் கண்களைத் திறந்து பார்த்தது நினைவிருக்கிறது. அப்போது, அந்த முதியவர்கள்

ஒருவர்மீது ஒருவராகத் தூங்கிக்கொண்டிருந்தார்கள். ஒருவர் மட்டும், தடியைக் கெட்டியாகப் பிடித்திருந்த கைகளின் மீது முகவாயை வைத்தப்படி, நான் எப்போது விழிப்பேன் என்று எதிர்பார்த்திருந்ததுபோல், என்னையே வைத்த கண் வாங்காமல் பார்த்துக்கொண்டிருந்தார். நான் மீண்டும் தூங்கப் போனேன். பிறகு விழித்துக்கொண்டேன். ஏனெனில் இடுப்பு வலி அதிகமாகிக் கொண்டேபோனது. கண்ணாடிக் கூரைமீது பொழுது விடிய ஆரம்பித்தது. சற்று நேரத்தில், முதியவர் ஒருவர் தூக்கத்திலிருந்து எழுந்து நிறைய இருமினார். கட்டம் போட்ட பெரிய கைக்குட்டை ஒன்றில் காறித் துப்பினார். அவரது ஒவ்வொரு இருமலும் பெரும் போராட்டமாக இருந்தது. மற்றவர்களை அவர் எழுப்பிவிட்டார். இல்லப் பொறுப்பாளர் அவர்கள் புறப்பட்டாக வேண்டும் என்பதை நினைவூட்டினார். எல்லோரும் எழுந்துகொண்டனர். அசௌகரியமான இந்தக் கண்விழிப்பு அவர்களது முகத்தைச் சோர்வில் வெளிறச் செய்திருந்தது. வெளியே செல்லும்முன், அவர்கள் அனைவரும் என் கைகளைப் பிடித்துக் குலுக்கினார்கள். அது எனக்கு மிகுந்த ஆச்சரியத்தை உண்டாக்கியது. எந்தவொரு வார்த்தையும் பரிமாறிக்கொள்ளப்படாத அந்த இரவில், எங்களிடையே பெரும் நெருக்கம் ஏற்பட்டுவிட்டதைப்போல் அவர்கள் நடந்துகொண்டது வேடிக்கையாக இருந்தது.

எனக்குச் சோர்வாக இருந்தது. இல்லப் பொறுப்பாளர் தனது வீட்டுக்கு என்னை அழைத்துச் சென்றார். எனவே, என் காலைக் கடன்களைக் கழிக்க முடிந்தது. அந்தக் காபி நன்றாக இருந்ததால் மீண்டும் கேட்டுப் பருகினேன். வீட்டை விட்டு வெளியே வந்தபோது நன்றாக விடிந்திருந்தது. மரேங்கோ பகுதியைக் கடலிலிருந்து பிரித்துவைத்த அந்த மலை முகடுகளுக்கு உச்சியில் இரத்தச் சிவப்பில் சூரியன் பிரகாசமாகத் தெரிந்தது. அங்கு மேலே வீசிக்கொண்டிருந்த காற்றும் ஒருவிதமான உப்பு கலந்த வாடையைக் கொண்டுவந்தது. அருமையானதொரு நாள் தயாராகிக்கொண்டிருந்தது. இவ்வாறான கிராமத்துக்கு வந்து நீண்ட நாட்களாகிறது. அம்மா விஷயம் மட்டும் இல்லாமல் போயிருந்தால் காலாற நடந்துவிட்டு வரலாம். அது எவ்வளவு சுகமாக இருந்திருக்கும் என்பதை யோசித்துப் பார்த்தேன்.

முதியோர் இல்லத்தின் முற்றத்து மர நிழலில் காத்துக் கொண்டிருந்தேன். ஈரமண்ணின் வாசனையைச் சுவாசித்த எனக்குத் தூக்கம் முற்றிலுமாகக் கலைந்திருந்தது. அலுவலகத்தில் உடன் பணியாற்றுபவர்களின் நினைவு

வந்தது. இந்நேரம் அவர்கள் வேலைக்குக் கிளம்ப எழுந்து தயாராவார்கள். இங்கே எனக்கோ தொடர்ந்து சங்கடமான பொழுதாக இருக்கிறது. இதுபோன்ற விஷயங்களைப் பற்றி கொஞ்சம் சிந்தனை செய்தபோது அங்கிருந்த கட்டடங்களின் உள்ளிருந்து வந்த மணியோசை என் கவனத்தைத் திசை திருப்பியது. ஜன்னல்களுக்கு அப்பால் காலைநேரப் பரபரப்பு எழுந்து பின் அடங்கியது. சூரியன் சற்றே எழும்பியிருந்தது. என் பாதங்களில் சூட்டை உணர முடிந்தது. முற்றத்தை விட்டு வந்த பொறுப்பாளர், இல்ல நிர்வாகி என்னை அழைப்பதாகத் தெரிவித்தார். நிர்வாகியின் அலுவலகத்துக்குப் போனேன். சில ஆவணங்களைக் காட்டிக் கையெழுத்து வாங்கிக் கொண்டார். கோடு போட்ட பேண்ட்டும் கருப்புச் சட்டையும் அவர் அணிந்திருந்ததைக் கவனித்தேன். தொலைபேசியை எடுத்துப் பேசும்முன், என்னைப் பார்த்து, "இறுதிச் சடங்குகள் செய்வதற்காக ஆட்கள் வந்துவிட்டார்கள். சவப்பெட்டியை மூடிவிடும்படி சொல்லப் போகிறேன். அதற்குமுன் கடைசியாக ஒருமுறை உங்கள் அம்மாவைப் பார்க்க விரும்புகிறீர்களா?" என்று கேட்டார். "இல்லை" என்றேன். உடனே அவர் தொலைபேசியில், "பிழாக், ஆட்களிடம் வேலையை ஆரம்பிக்கச் சொல்லலாம்." என்று தகவலைக் கூறினார்.

தானும் இறுதிச் சடங்கில் கலந்துகொள்ள இருப்பதாகத் தெரிவித்த அவருக்கு நன்றி கூறினேன். மேசைக்கு அந்தப்பக்கம் உட்கார்ந்திருந்த அவர் கால்மீது கால் போட்டு இருந்தார். நம் இருவரைத் தவிர அன்று பணியிலிருக்கும் செவிலிப்பெண் ஆகியோர் மட்டும் இறுதிச்சடங்கில் பங்கேற்போம் என்றார் இல்ல நிர்வாகி. முதியோர் இல்லத்தின் விதிகளின்படி, அங்கு வசிப்பவர் யாரும் இறுதிச்சடங்கில் கலந்துகொள்ள அனுமதி இல்லை. முந்தைய நாளின் கண் விழிப்பில் மட்டும் அவர்கள் கலந்துகொள்ள எந்தத் தடையுமில்லை. "எல்லாம் அவர்கள் நன்மைக்குத்தான்" என்று இதற்கான காரணத்தை அவர் விளக்கினார். "அவர்களை உணர்ச்சிவசப்படாமல் பார்த்துக் கொள்ள வேண்டும். ஆனால், உங்கள் அம்மா விஷயத்தில் தொமா பெரேஸ் என்ற அவருடைய பழைய நண்பர் ஒருவர் நம்முடன் வரச் சிறப்பு அனுமதி அளித்துள்ளேன்," என்று சொல்லிப் புன்னகைத்தார் நிர்வாகி. "ஒருவகையில் அதுவொரு நெகிழ்வான விஷயம். பார்க்கப்போனால், அவர்கள் இருவரும் இணைபிரியா நண்பர்களாகிவிட்டார்கள். உடன் இருப்பவர்கள், பெரேஸைப் பார்த்துக் காதலி கிடைத்து விட்டதாகக்கூடக் கேலி செய்வதுண்டு. உங்கள் அம்மாவைக் காட்டி, எப்போது அவரைத் திருமணம் செய்து கொள்ளப்

போகிறாய் என்றும் மற்றவர்கள் வேடிக்கையாகக் கேட்பார்கள். அவர் சிரித்துக்கொள்வார். உண்மையில் அது அவர்களுக்குச் சந்தோஷமாக இருக்கும். ஒருவகையில், உங்கள் அம்மாவின் மரணம் அவரை மிகவும் பாதித்துவிட்டது. எனவே, அவருக்கு அனுமதி தராமலிருக்கக் கூடாது என்று நினைத்தேன். எனினும், முதியவர்களைப் பார்வையிட வந்த மருத்துவரின் அறிவுரையின்படி, நேற்றைய இரவுக் கண்விழிப்பில் கலந்து கொள்ள மட்டும் அவருக்கு அனுமதி அளிக்கவில்லை," என்று விரிவாக விளக்கினார்.

நீண்ட நேரம் எதுவும் பேசாமல் அமர்ந்திருந்தோம். இல்ல நிர்வாகி எழுந்து, தன் அலுவலக அறை ஜன்னல் வழியாகப் பார்த்தார். சிறிது நேரத்தில், "மரேங்கோ பகுதியின் பாதிரியார் அதற்குள் வந்துவிட்டாரே. கொஞ்சம் முன்னதாகவே வந்துவிட்டார்," என்று சொன்னார். அதே ஊருக்குள் இருக்கும் தேவாலயம்வரை நடந்து செல்லக் குறைந்தது முக்கால் மணிநேரம் ஆகும் என்பதை எனக்கு நினைவூட்டினார். நாங்கள் மாடியிலிருந்து இறங்கி வந்தோம். முதியோர் இல்லக் கட்டடத்தின் முன் பாதிரியாரும் ஊழியத்தின் இரண்டு சிறுவர்களும் இருந்தனர். அவர்களில் ஒருவன் கையில் தூபக் கலயம் இருந்தது. அதன் வெள்ளிச் சங்கிலியின் நீளத்தைச் சரிசெய்தார் பாதிரியார். அவர்கள் அருகில் நாங்கள் வந்தபோது பாதிரியார் நிமிர்ந்து பார்த்தார். "மகனே" என்று என்னை அழைத்துக் கொஞ்சநேரம் பேசிக் கொண்டிருந்தார். பிறகு உள்ளே நுழைந்தார். நானும் பின்தொடர்ந்தேன்.

சவப்பெட்டியில் இருந்த ஆணிகள் நன்கு ஆழமாகப் பொருத்தப்பட்டுள்ளதையும் அந்த அறையில் கருப்பு உடையணிந்த நான்கு ஆட்கள் இருந்ததையும் சட்டெனக் கவனிக்க நேர்ந்தது. அதே நேரம், வண்டி புறப்படத் தயாராக வெளியில் காத்திருக்கிறது என்பதை நிர்வாகி என்னிடம் சொன்னது கேட்டது. அப்போது பாதிரியாரும் பிரார்த்தனை களைத் தொடங்கியிருந்தார். அந்தக் கணத்திலிருந்து அனைத்தும் வேகவேகமாக நடைபெற்றன. துணி ஒன்றை எடுத்துக்கொண்டு சவப்பெட்டியை நோக்கி ஆட்கள் சென்றார்கள். பாதிரியார், அவருடைய உதவியாளர்கள், இல்ல நிர்வாகி, நான் என அனைவரும் வெளியில் வந்த நேரம் வாசல் அருகில் முன் பின் அறிமுகமில்லாத பெண் ஒருவரைப் பார்த்தேன். "திரு. மெர்சோ" என்று என்னை அவரிடம் அறிமுகம் செய்துவைத்தார் இல்ல நிர்வாகி. அவரது பெயரை நான் கவனிக்கவில்லை. அன்றைய அலுவல்களுக்கான

செவிலிப்பெண் என்பது மட்டும் புரிந்தது. மெலிந்து நீண்டிருந்த அவளது முகத்தில் புன்னகை எதுவுமில்லாமல் தலை குனிந்து வணக்கம் தெரிவித்தாள். பிறகு, சவப்பெட்டி செல்வதற்காக வழிவிட்டு நாங்கள் ஒதுங்கி நின்றோம். அதன்பின் அதைத் தூக்கிச் சென்றவர்களைத் தொடர்ந்து இல்லத்தை விட்டு நாங்களும் வெளியில் வந்தோம். வாசல் எதிரில் வாகனம் நின்றிருந்தது. வண்ணம் தீட்டப்பட்டு, பளபளப்பாகவும் நீளமாகவும் இருந்த அந்த வண்டி பார்ப்பதற்கு இறகுப் பேனாவுக்கான கூடுபோல் காட்சியளித்தது. அதன் அருகில், அரசு அதிகாரி ஒருவர் இருந்தார். சிறிய உருவமுடைய அவர் விசித்திரமான உடையில் இருந்தார். அவர் அருகில், கொஞ்சம் ஆர்வமற்ற முகத்துடன் முதியவர் ஒருவர். அவர்தான் திரு. பெரேஸ் என்று பிறகு தெரிந்தது. அவர் தொப்பியின் உள்ளே இருந்த வட்டமான பட்டையும், வெளிவிளிம்பும் பஞ்சுபோல் இருந்தன. (சவப்பெட்டி வாசலைக் கடந்தபோது, தொப்பியைக் கழற்றி மரியாதை தெரிவித்தார்) அவர் அணிந்திருந்த கால்சட்டை சப்பாத்துகளை இறுக்கமாகக் கவ்விக் கொண்டிருந்தது. வெள்ளைச் சட்டை; அதில் அகன்ற காலர்; அதனுடன் பொருந்தாத அளவில் சிறிய கருப்பு டை முடிச்சு. அவரது மூக்குத் துவாரங்கள் இரண்டு கருப்புப் புள்ளிகளாகத் தெரிய அவற்றின் கீழ் உதடுகள் துடித்துக்கொண்டிருந்தன. ஏதோ ஒட்டப்பட்டவைபோல் காதுகள் வித்தியாசமாக அமைந்திருந்தன. சரியாக ஒழுங்குசெய்யப்படாத மெல்லிய வெள்ளைநிற முடியைத் தாண்டி அவை தெரிந்தன. வெளிறிய முகத்தில் அந்தக் காதுகளின் அடர் சிவப்பு நிறம் மட்டும் எனக்கு ஆச்சரியத்தைத் தந்தது. அங்கு இருந்த அதிகாரி ஊர்வலத்தை ஒழுங்குசெய்தார். முதலில் பாதிரியார், பிறகு சவப்பெட்டி, அதைச் சுற்றி நான்கு ஆட்கள், பின்புறத்தில் முதியோர் இல்ல நிர்வாகியும் நானும். ஊர்வலத்தின் முடிவில் செவிலிப்பெண்ணுடன் திரு. பெரேஸ்.

வானம் அதற்குள் சூரிய வெளிச்சத்தால் நிறைந்திருந்தது. அதன் வெப்பம் ஏறிக்கொண்டிருப்பதைப் பூமியில் உணர முடிந்தது. நடக்கத் தொடங்க ஏன் அவ்வளவு நேரம் காத்திருந்தோம் என்று எனக்குப் புரியவில்லை. நான் அணிந்திருந்த கருப்பு உடையின் காரணமாக வெப்பத்தை உணர்ந்தேன். மீண்டும் தொப்பியுடன் இருந்த முதியவர் அதனைக் கழற்றினார். சற்றே அவர் பக்கம் நான் திரும்பிப் பார்த்தபோது, முதியோர் இல்ல நிர்வாகி அவரைப் பற்றி என்னிடம் பேசினார். மாலை வேளைகளில் அடிக்கடி என் அம்மாவும் திரு. பெரேஸும் அருகிலுள்ள கிராமம்வரை

காலாறப் போய்வருவார்களாம். செவிலிப்பெண் ஒருவர் துணைக்குப் போவாராம். சுற்றியிருந்த கிராமப்புறத்தைப் பார்த்தேன். குன்றுகளை முட்டும் சைப்ரஸ் மரங்களின் வரிசை, வளமான சிவந்த மண்; ஆங்காங்கே சிதறிக் கிடந்த சிறிய வீடுகள். இவ்வாறான சூழலிலிருந்த அம்மாவை என்னால் புரிந்துகொள்ள முடிந்தது. மாலை நேரம் நிச்சயமாகச் சோகமானதாகத்தான் இருந்திருக்க வேண்டும். போர் நிறுத்தப் பட்டிருந்த மாலைப் பொழுதாகக் காட்சியளித்திருக்கும். இப்பொழுது, இந்த இடத்தை உக்கிரமான சூரியன் ஆக்ரமித்து மூர்க்கமானதாகவும் வெறுக்கத்தக்கதாகவும் மாற்றியுள்ளது.

நாங்கள் எல்லோரும் ஊர்வலத்தில் நடக்க ஆரம்பித்தோம். பெரேஸ் கொஞ்சம் நொண்டியபடி நடப்பதை அப்போதுதான் கவனித்தேன். வண்டியின் வேகம் அதிகரித்துக்கொண்டே போக, அந்த முதியவர் பின்தங்க வேண்டியிருந்தது. சவப்பெட்டியுடன் வந்த நான்கு ஆட்களில் ஒருவனும், வண்டிக்குப் பின் என்னோடு நடந்து வந்தான். உச்சி வானைச் சூரியன் வேகமாகத் தொட்டது எனக்கு ஆச்சரியமாக இருந்தது. எங்களைச் சுற்றிப் பூச்சிகளின் இரைச்சலும் செடிகொடிகளின் சலசலப்பும் கேட்டவண்ணம் இருப்பதை நீண்ட நேரமாகக் கவனித்துக்கொண்டிருந்தேன். என் கன்னங்களில் வியர்வை வழிந்தது. தொப்பி அணியாததால், கைக்குட்டையால் விசிறிக்கொண்டேன். சவப்பெட்டியுடன் வந்த ஆள் அப்போது ஏதோ சொல்லப் பார்த்தான். சரியாகக் காதில் விழவில்லை. இடது கையிலிருந்த கைக்குட்டையால் தலையைத் துடைத்துக்கொண்டே வலது கையால் தொப்பியின் முனையைத் தூக்கிப் பிடித்தபடி இருந்தான் அவன். மீண்டும் அவனைப் பார்த்து என்னவென்று விசாரித்தேன். வானத்தைச் சுட்டிக்காட்டி, "நல்ல வெயில்" என்று சொன்னான். "உண்மை தான்" என்றேன். சிறிது நேரம் சென்றதும், "உங்கள் அம்மாவா ?" என்று கேட்டான். "ஆமாம்" என்றேன். "வயதானவரா ?" என்று கேட்டான். சரியான வயது தெரியாததால், "ஓரளவு வயதானவர்தான்" என்று சொல்லிவைத்தேன். அதன்பின் அவன் எதுவும் பேசவில்லை.திரும்பிப் பார்த்தேன். முதியவரான பெரேஸ், 50 மீட்டர் தூரத்தில் நடந்து வந்துகொண்டிருந்தார். கையிலிருந்த தொப்பியை ஆட்டியபடியே வேகமாக நடந்துவர முயன்றுகொண்டிருந்தார். முதியோர் இல்ல நிர்வாகியும் வந்துகொண்டிருந்தார். எளிமையாகப் பெரிய மனிதருக்கான இயல்புடன் நடந்துவந்தார். சில வியர்வைத் துளிகள் நெற்றியில் துளிர்த்தபோதும் அவற்றை அவர் துடைக்கவில்லை.

ஊர்வலம் சற்றே வேகமாகச் செல்வதாக உணர்ந்தேன். என்னைச் சுற்றிலும் எந்த மாற்றமுமில்லை. சூரியனால்

ஆக்ரமிக்கப்பட்ட வெளிச்சமானதொரு கிராமப்புறச் சூழல் தான். வெளிச்சம் தாங்கிக்கொள்ள முடியாத அளவு அதிகமாக இருந்தது. அண்மையில் புதுப்பிக்கப்பட்டிருந்த சாலையின் பகுதியை ஒரு கட்டத்தில் கடந்து சென்றோம். வெப்பத்தில் சாலையின் தார் உருகியது. எனவே, அதில் பதிந்த கால்களால் வெளியேறிய தார் பளபளப்பாக மின்னியது. ஊர்வல வண்டியின் குதிரை ஓட்டுபவரின் தொப்பி, இந்தக் கருப்புத் தாரில் முக்கி எடுத்ததைப் போல் இருந்தது. வானத்தின் வெண்மையும் நீலமும், என்னைச் சுற்றிலுமிருந்த சலிப்பூட்டும் கருமை நிறம் – பிசுபிசுப்பான தாரின் கருமை, ஆடைகளின் கருமை, சவ வண்டியின் கருமை – என்னை நிலைகுலைய வைத்தன. வெயில், வாகனத்தின் தோல் பாகங்கள், குதிரை சாணம், வண்டியின் வார்னீஷ், தூபம் ஆகியவற்றின் நெடி. இவற்றோடு இரவு கண்விழித்த களைப்பும் சேர்ந்துகொள்ள என் பார்வை, எண்ணங்கள் எல்லாம் குழம்பின. மீண்டும் ஒரு முறை திரும்பிப் பார்த்தேன். பெரேஸ் வெகுதூரத்தில் வந்து கொண்டிருந்தார். கானல் நீர் அலைகளில் மறைந்திருப்பதைப் போல் தெரிந்தார். பின் முற்றிலுமாக மறைந்து போனார். கூர்ந்து பார்த்தபோது, அவர் சாலையைவிட்டு வயல்வெளிப் பக்கமாக இறங்கி நடப்பது தெரிந்தது. நாங்கள் செல்ல வேண்டிய பாதை வளைவு எடுத்தது. பெரேஸுக்குப் பழக்கமான இடமாக இருக்க வேண்டும். குறுக்குப் பாதை வழியே வருகிறார் என்பது புரிந்தது. திருப்பம் வந்தபோது அவர் எங்களுடன் சேர்ந்துகொண்டார். மீண்டும் பின்தங்கியவர் தென்படவில்லை. அதேபோல் வயலுக்கு இடையில் குறுக்குப் பாதைதான். இப்படிப் பலமுறை நடந்தது. எனக்கோ நெற்றிப் பொட்டில் இரத்தம் சூடேறியது.

இதன்பின் நடந்தவை அனைத்தும் எவ்விதத் தடையுமின்றி இயல்பாக ஒரே மூச்சில் நடந்து முடிந்துவிட்டபடியால் எதுவும் இப்போது நினைவில்லை. ஒன்று மட்டும் நினைவில் இருக்கிறது. அந்த ஊருக்குள் நுழைந்தபோது, செவிலிப்பெண் என்னிடம் பேச்சுக் கொடுத்தாள். அவளது முகத்துக்குப் பொருத்தமில்லாத இனிமை ததும்பும் துடிப்பான குரல். "மெதுவாக நடந்தால் வெயில் வாட்டும் ஆபத்து இருக்கிறது. வேகமாகப் போனால் வியர்த்துக் கொட்டும். தேவாலயம் போய்ச் சேரும்போது புழுங்கும். அதனால் சளி பிடிக்கும்" என்று எச்சரித்தாள். அவள் சொன்னது சரிதான். ஆனால், வேறு வழியில்லை. அன்றைய பகல் பொழுதின்போது நடந்தவை சில நினைவில் நின்றன. உதாரணமாக, நாங்கள் சென்ற ஊர்வலத்துடன் இறுதியில் பெரேஸ் இணைந்தபோது களைப்பும் பதற்றமும் சேர்ந்து

அவரது கன்னங்களில் பெரிய நீர்த்துளிகள் துளிர்த்ததை மறக்க முடியாது. ஆனால், சுருக்கங்கள் காரணமாக அவை வழிந்தோட முடியவில்லை. மிகவும் பாழாகிப்போயிருந்த அந்த முகத்தில் தேங்கிய நீர்க் கோலங்களாக அவை காட்சியளித்தன. மேலும் சில காட்சிகள் நினைவுக்கு வருகின்றன. அந்தத் தேவாலயம்; நடைபாதையில் தெரிந்த ஊர் மக்கள்; கல்லறையின் மேல் சிவப்பு ஜெரேனிய மலர்கள், பெரேஸுக்கு ஏற்பட்ட மயக்கம் (ஒடிந்து விழும் பொம்மலாட்டப் பொம்மைபோல் சரிந்தார்); அம்மாவின் சவப்பெட்டிமீது விழுந்த சிவந்த மண்ணின் இரத்தச் சிவப்பு நிறம்; அதனோடு கலந்திருந்த வேர்களின் வெள்ளைநிறத் தோல்; மேலும் மேலும் சேர்ந்த மக்கள் குரல்கள்; அந்தக் கிராமம், ஒரு உணவு விடுதியின் முன் பேருந்துக்காகக் காத்திருக்க நேர்ந்தது; மோட்டார் இயந்திரச் சத்தம்; ஒரு வழியாக அந்தப் பேருந்து அல்ஜியர்ஸின் வெளிச்சமான வீதிகளில் நுழைந்தபோது எனக்குள் உண்டான குதூகலம்; இனி 12 மணிநேரத்துக்குத் தூங்கப்போகிறேன் என்ற நினைப்பு தந்த நிம்மதி.

○

2

எனக்கு விழிப்பு வந்தபோது, நான் இரண்டு நாட்கள் விடுப்புக் கேட்ட நேரத்தில் என் மேலதிகாரியின் முகம் ஏன் அதிருப்தியை உணர்த்தியது என்பது புரிந்தது. அன்று சனிக்கிழமை. அதை நான் மறந்தேவிட்டேன். தூங்கி எழுந்தபோதுதான் அது நினைவுக்கு வந்தது. ஞாயிற்றுக்கிழமையும் சேர்த்தால் எனக்கு நான்கு நாட்கள் விடுப்பு கிடைத்துவிடுகிறது. அது எப்படியும் அவருக்குச் சந்தோஷத்தைத் தராது. எனினும், முதலில், அம்மாவை இன்று அடக்கம் செய்வதற்குப் பதிலாக நேற்றே அடக்கம்செய்து முடித்ததற்கு நான் காரணமில்லை. அடுத்ததாக, எப்படிப் பார்த்தாலும் சனி, ஞாயிற்றுக்கிழமைகள் எனக்குக் கிடைத்திருக்கும். என் மேலதிகாரியின் கணக்கைப் புரிந்துகொள்ள முடிந்தது என்பதில் சந்தேகமில்லை.

நேற்று ஏற்பட்ட களைப்பின் காரணமாகப் படுக்கையை விட்டு எழுந்திருக்கக் கஷ்டமாக இருந்தது. முகத்தை மழித்துக்கொண்டிருந்தபோது இன்று என்ன செய்யலாம் என்று யோசித்துப் பார்த்தேன். கடலில் குளிக்கலாம் என்று முடிவு செய்தேன். எனவே, துறைமுகம் நோக்கிச் செல்லும் டிராமில் ஏறினேன். போய்ச் சேர்ந்ததும் நீச்சலடிக்க ஆரம்பித்தேன். அங்கு நிறைய இளைஞர்கள் இருந்தார்கள். நீந்தும்போது மரி கர்தோனாவையும் சந்திக்க முடிந்தது. என் அலுவலகத்தில் தட்டச்சு எழுத்தராக முன்பு பணியாற்றிய அவள்மீது

எனக்கு ஈர்ப்பு இருந்தது. அவளுக்கும் அப்படித்தான் என்று நினைக்கிறேன். ஆனால், சில மாதங்களுக்குள் அங்கிருந்து அவள் சென்றுவிட்டாள். பிறகு தொடர்புகொள்ள இருவருக்கும் நேரமில்லாமல் போய்விட்டது. ரப்பர் மிதவைமீது ஏற முயன்ற அவளுக்கு உதவியபோது அவளது மார்பகங்களை என் கை லேசாக வருடியது. நான் தண்ணீருக்குள் அமிழ்ந்திருக்க, அவள் மிதவைமீது மல்லாந்து படுத்த நிலையில் இருந்தாள். என் பக்கம் திரும்பினாள். தன் கண்கள்மீது தலைமுடி விழுந்து மறைக்க சிரித்தாள். மிதவை மீது ஏறி அவள் அருகில் சென்றேன். ரம்மியமான அந்தச் சூழலில், விளையாட்டாக என் தலையை அவளது வயிற்றின் மீது வைத்துப் பார்த்தேன். அவள் எதுவும் சொல்லவில்லை. எனவே, அப்படியே சற்று நேரம் இருந்தேன். என் கண்களில் வானம் நீல நிறமாகவும் பொன்னிறமாகவும் நிறைந்திருந்தது. என் பின் கழுத்தின் அடியில் மரியின் வயிற்றுப் பகுதி மெல்லத் துடிப்பதை உணர்ந்தேன். பாதித் தூக்கத்தில் அந்த மிதவையின் மீது நீண்ட நேரம் ஓய்வெடுத்தோம். வெயில் அதிகமானதும், அவள் நீருக்குள் குதித்தாள். நானும் குதித்தேன். நீந்திச் சென்று அவளைப் பிடித்துவிட்டேன். என் கைகளை அவளது இடுப்பைச் சுற்றிப் படரவிட்டேன். இதே நிலையில் ஒன்றாக நீந்தினோம். அவள் சிரிப்பதை நிறுத்தவில்லை. கரைக்கு வந்ததும், உடலைத் துடைத்துக்கொண்டே, “உங்களை விட என் உடல் அதிகப் பழுப்பாக இருக்கிறது” என்றாள். அன்று இரவு திரைப்படத்துக்கு வர விருப்பமா என்று அவளைக் கேட்டேன். அப்போதும் சிரித்துக்கொண்டேயிருந்த அவள், பிரஞ்சு நகைச்சுவை நடிகர் ஃபெர்நாந்தேல் படத்துக்குச் செல்ல ஆசை என்றாள். நாங்கள் இருவரும் சாதாரண உடைக்கு மாறியபோது, என் கழுத்தில் இருந்த கருப்புப் பட்டையைக் கண்டு ஆச்சரியத்தில் அவள் முகம் மாறியது. துக்கத்தில் இருக்கிறேனா என்று விசாரித்தாள். அம்மா இறந்த செய்தியைக் கூறினேன். எப்போது என்று தெரிந்துகொள்ள அவள் விரும்பியதால், “நேற்று” என்ற சொல்லிவைத்தேன். மெலிதானதொரு அதிருப்தி தென்பட்டாலும் அவள் எந்தக் கருத்தையும் தெரிவிக்கவில்லை. அதில் என் பங்கு எதுவுமில்லை என்று சொல்ல விருப்பம்தான் என்றாலும் சொல்லவில்லை. ஏனென்றால் என் மேலதிகாரியிடம் அதை ஏற்கெனவே கூறிவிட்டேன். அது ஒரு பெரிய விஷயமில்லை. எப்படிப் பார்த்தாலும் எப்போதுமே நம்மிடம் கொஞ்சம் தவறு இருப்பதாக உணர்வோம்.

அன்று மாலை, மரி எல்லாவற்றையும் மறந்துவிட்டாள். அந்தத் திரைப்படம் சில இடங்களில் வேடிக்கையாக இருந்தது; மற்றபடி ஏதோ அசட்டுத்தனம். அவளது கால் என்மீது இருந்தது.

அவளுடைய மார்பகங்களை வருடியபடி இருந்தேன். படம் முடியப்போகும் சமயம் அவளுக்கு முத்தம் தந்தேன். ஆனால், சரியாகத் தரவில்லை. திரையரங்கிலிருந்து வெளியேறியதும் என்னுடன் அவளும் வீட்டுக்கு வந்தாள்.

நான் விழித்துப் பார்த்தபோது, மரி அங்கு இல்லை. தன் அத்தை வீட்டுக்குப் போக வேண்டும் என்று அவள் ஏற்கெனவே என்னிடம் சொல்லியிருந்தாள். அது ஒரு ஞாயிற்றுக்கிழமை என்ற எண்ணம் எனக்கு எரிச்சலை உண்டாக்கியது. ஞாயிற்றுக் கிழமை என்றாலே எனக்குப் பிடிக்காது. எனவே, மீண்டும் படுக்கைக்குத் திரும்பினேன். அங்கு மரி படுத்திருந்த தலையணையில் அவளது தலைமுடி விட்டுச் சென்றிருந்த உப்பு வாசத்தைத் தேடியபடியே 10 மணிவரை தூங்கிப்போனேன். விழித்தவுடன் சிகரெட்டுகளைப் புகைத்தபடியே நண்பகல்வரை கட்டிலில் கிடந்தேன். வழக்கமாகச் சாப்பிடும் செலெஸ்த் உணவகத்திற்குப் போவதைத் தவிர்த்தேன். ஏனெனில், அவர்கள் ஏதாவது கேள்விகள் வைத்திருப்பார்கள். அது எனக்குப் பிடிக்கவில்லை. முட்டைகளை வேகவைத்து ரொட்டி இல்லாமல் அப்படியே சாப்பிட்டேன். ரொட்டி தீர்ந்து போயிருந்தது. கீழே இறங்கிச் சென்று வாங்கிவர அலுப்பாக இருந்தது.

சாப்பிட்டு முடித்ததும், சலித்துப்போய் வீட்டுக்குள்ளேயே சுற்றிச் சுற்றி வந்தேன். அம்மா இருந்தபோது இந்த வீடு கச்சிதமாக இருந்தது. இப்போதோ எனக்குப் பெரிதாகத் தெரிகிறது. எனவே, உணவு அருந்தும் அறையில் இருந்த மேஜையை என் அறைக்குக் கொண்டுவர வேண்டியிருந்தது. இப்போது என் வசிப்பிடம் இந்த அறை மட்டும்தான். தொய்ந்து உள்வாங்கியிருந்த பிரம்பு நாற்காலிகள், பழுப்பேறிய கண்ணாடியுடன் இருக்கும் அலமாரி, ஒப்பனை மேசை, செப்பு வேலைப்பாடுடன் கூடிய கட்டில் ஆகியவற்றின் மத்தியில்தான் நான் வசித்து வருகிறேன். மற்றப் பகுதிகள் பயன்படுத்தாமல் கிடக்கின்றன. சற்று நேரமானதும், ஏதாவது செய்யலாமே என்று பழைய செய்தித்தாள் ஒன்றை எடுத்துப் படித்துப் பார்த்தேன். 'குருஷேன் உப்பு'க்கான விளம்பர அறிவிப்பை வெட்டி எடுத்துப் பழைய நோட்டுப் புத்தகம் ஒன்றில் ஒட்டினேன். செய்தித்தாள்களில் வரும் எனக்குப் பிடித்தமான பகுதிகளை வெட்டி எடுத்து இந்தக் கையேட்டில்தான் ஒட்டி வைப்பேன். கைகளைக் கழுவிக்கொண்டு இறுதியில் பால்கனியில் போய் உட்கார்ந்தேன்.

நான் குடியிருந்த பகுதியின் முக்கிய வீதியை நோக்கியவாறு என் அறை அமைந்திருந்தது. அன்றைய பிற்பகல் பொழுது அழகாக இருந்தது. ஈரமாக இருந்த நடைபாதையில் அரிதாகத்

தென்பட்ட சிலர் அவசரமாக நடந்துகொண்டிருந்தார்கள். என் பார்வையில் முதலில் பட்டவர்கள் நடைப்பயிற்சியில் இருந்த குடும்பங்கள். கப்பல் பணியில் உள்ளவர் போன்ற உடையுடன் இரண்டு சிறுவர்கள். முழங்காலுக்குக் கீழே நீண்ட அரைக்கால்சட்டை; விறைப்பான உடை அவர்களுக்கு அசௌகரியமாக இருப்பது போலத் தோன்றியது. அவர்களுடன் சிறுமி ஒருத்தி. கழுத்தைச் சுற்றி ரோஜா நிறப் பெரிய முடிப்புப் போட்ட உடையும் பளபளப்பான கருப்புநிறக் காலணிகளும் அணிந்திருந்தாள். இவர்களுக்கும் பின்னால் பருமனமாக இருந்த அம்மா அரக்குநிறப் பட்டு மேலாடையுடன் வந்தார். அப்பாவோ சற்றே மெலிந்து குட்டையாக இருந்தார். அவரை இதற்குமுன் பார்த்திருக்கிறேன். தட்டையான ஓலைத் தொப்பி, பட்டாம்பூச்சி வடிவிலான கழுத்துப்பட்டி முடிச்சு, கையில் ஒரு தடி. தன் மனைவியுடன் அவர் வந்ததைப் பார்த்தபோது தான் அவர் ஒரு பிரபலம் என்று அந்தப் பகுதியில் உள்ளவர்கள் பேசிக்கொள்வதன் அர்த்தம் விளங்கியது. சிறிது நேரம் கழித்து, உள்ளூர் இளைஞர்கள் சிலர் அந்தவழியாகச் சென்றார்கள். படிய வாரிய தலை, சிவப்புநிறக் கழுத்துப்பட்டி, நன்கு வடிவமைக்கப்பட்ட கோட்டு, பின்னல் வேலைப்பாடுடைய பாக்கெட்டுகள், சதுர முனைகளுடனான காலணிகள். ஊரின் மையப்பகுதியில் உள்ள திரை அரங்குகளை நோக்கி அவர்கள் போய்க்கொண்டிருப்பதாகத் தெரிந்தது. இதனால்தான் இவ்வளவு சீக்கிரமாகப் புறப்பட்டுவிட்ட இவர்கள் சத்தம் போட்டுச் சிரித்தபடி டிராம் வண்டியைப் பிடிக்க விரைந்து கொண்டிருந்தார்கள்.

அந்த இடத்தை விட்டு அவர்கள் அகன்றதும் கூட்டம் மெல்ல மெல்லக் குறைந்து வீதியே வெறிச்சோடிவிட்டது. அத்தனைக் கேளிக்கை நிகழ்ச்சிகளும் தொடங்கியிருக்க வேண்டும். அந்த வீதியில் எஞ்சியிருந்தவர்கள் கடைக்காரர்களும் சில பூனைகளும் தான். வீதியின் இருபுறமும் இருந்த மரங்களுக்கு மேல் வானம் தெளிவாக ஆனால், பிரகாசமின்றி இருந்தது. எதிரில் இருந்த நடைபாதையில் கடை வைத்திருந்தவர் உள்ளேயிருந்து ஒரு நாற்காலியை எடுத்து வந்து கடையின் முன் போட்டு, இரண்டு கைகளையும் சாய்விடத்தில் ஊன்றியபடி உட்கார்ந்துகொண்டார். இதுவரை நிரம்பி வழிந்த டிராம் வண்டிகள் இப்போது ஏறக்குறைய காலியாகச் சென்றன. சிகரெட் கடையின் பக்கத்தில் இருந்த பியரோ சிற்றுண்டிக் கூடத்தில் யாரும் இல்லாத அறையை ஒரு பணியாள் பெருக்கிச் சுத்தம் செய்துகொண்டிருந்தான். உண்மையிலேயே அது ஒரு ஞாயிற்றுக்கிழமையாக இருந்தது.

நானும் அந்தக் கடைக்காரர் போலவே நாற்காலியைத் திருப்பிப் போட்டு உட்கார்ந்தேன். ஏனெனில், அது வசதியாக இருந்ததாகத் தோன்றியது. இரண்டு சிகரெட்டுகளைப் புகைத்தேன். சாக்லெட் எடுக்க உள்ளே சென்ற நான் திரும்பி வந்து ஜன்னல் அருகில் உட்கார்ந்து அதைச் சாப்பிட்டேன். சிறிது நேரத்தில் வானம் இருண்டது. கோடை மழையை எதிர்பார்த்தேன். ஆனால், கொஞ்சம் கொஞ்சமாக மேகம் கலைந்தது. ஆனாலும், மழைக்கு வாய்ப்பு உண்டு என்ற நம்பிக்கையை விட்டுச் சென்ற மேகமூட்டம் அந்த வீதியைச் சற்றே இருட்டாக்கியிருந்தது. நீண்டநேரம் வானத்தைப் பார்த்தபடியே உட்கார்ந்திருந்தேன்.

ஐந்து மணியானதும் டிராம் வண்டிகள் பெரும் இரைச்சலுடன் வந்துசேர்ந்தன. புறநகர் விளையாட்டுத் திடலிலிருந்து திரும்பும் பார்வையாளர்களை அவை சுமந்து வந்தன. படிகளிலும் கைப்பிடிகளிலும் அவர்கள் தொற்றியபடி வந்தனர். அடுத்து வந்த டிராம் வண்டிகளில் வந்து இறங்கியவர்கள் விளையாட்டு வீரர்கள் என்பதை அவர்களிட மிருந்த சிறிய பெட்டிகளிலிருந்து அடையாளம் கண்டு கொண்டேன். தங்கள் அணி என்றும் அழியாது என்று உரத்த குரலில் கூச்சலும் பாட்டுமாக வந்தனர். அவர்களில் பலர் என்னைப் பார்த்து சைகை செய்தனர். ஒரு விளையாட்டு வீரர் என்னை நோக்கி, "அவர்களை நாங்கள் அடித்து நொறுக்கி விட்டோம்" என்றுகூடக் கத்தினார். நானும் பதிலுக்கு, "அப்படியா" என்பதுபோல் தலையை ஆட்டினேன். இதன்பின் நிறைய கார்கள் வரத் தொடங்கின.

அன்றைய பொழுதில் மேலும் சில மணிநேரம் கழிந்தது. கட்டடக் கூரைகளுக்கு மேல் தெரிந்த வானம் சிவந்திருந்தது. மாலைப் பொழுது ஆரம்பித்ததால், வீதியில் மக்களின் நடமாட்டம் அதிகரித்தது. நடைப்பயிற்சிக்கு சென்றவர்கள் கொஞ்சம் கொஞ்சமாகத் திரும்பிக்கொண்டிருந்தனர். அந்தக் கூட்டத்தில் அப்பகுதியில் பிரபலமானவரான அந்த நபரையும் பார்த்தேன். அழுதபடியே பிள்ளைகள் அவரைப் பின் தொடர்ந்து சென்றனர். ஏறக்குறைய அதே நேரம் அப்பகுதியில் இருந்த திரையரங்குகள் தம் பார்வையாளர் கூட்டத்தை வீதியில் தெளித்தன. அந்தக் கூட்டத்தில் இருந்த இளைஞர்கள் வழக்கத்தைவிட அதிகமாகக் கைகளை ஆட்டிப் பேசியவாறு சென்றதைக் காண முடிந்தது. ஏதோ சாகசப் படம் ஒன்றைப் பார்த்துவிட்டு வருவது தெரிந்தது. நகரின் மையப்பகுதியில் உள்ள திரையரங்குகளில் இருந்து வருபவர்கள் சிறிது நேரம் கழித்துத் திரும்பினர். அவர்கள் முகத்தில் அதிக இறுக்கம்

தெரிந்தது. அவர்கள் சிரிக்காமல் இல்லை. என்றாலும் சில நேரங்களில் களைப்பாகவும் ஏதோ யோசனையில் இருப்பவர்களாகவும் தெரிந்தனர். அவர்கள் எப்போதும் வீதியிலேயே இருந்தனர். எதிரில் இருந்த நடைபாதை மீது குறுக்கும் நெடுக்குமாக நடந்தபடி இருந்தனர். விரிந்த கூந்தலுடன் அப்பகுதியின் இளம்பெண்கள் சிலர் கைகோர்த்த படி நின்றிருந்தார்கள். இளைஞர்கள் சிலர் வேண்டுமென்றே அவர்களைக் கடந்து செல்லும்போது கேலியாக எதையோ கூற அதைக் கேட்டு அப்பெண்கள் தலையைத் திருப்பிக்கொண்டு சிரித்தனர். அவர்களில் எனக்குத் தெரிந்த பெண்கள் பலர் நான் இருந்த பக்கம் திரும்பிச் சைகை செய்தனர்.

    சட்டென எரியத் தொடங்கிய தெரு விளக்குகள் இரவு வானில் தெரிந்த நட்சத்திரங்களை மங்கவைப்பதாக இருந்தன. பல்வேறு வெளிச்சங்களாலும் மக்களாலும் நிறைந்திருந்த நடைபாதைகளைப் பார்த்துக்கொண்டே இருந்ததில் கண்கள் சோர்வதை உணர முடிந்தது. வீதியின் பாதையில் பதிக்கப் பட்டிருந்த ஈரமான கற்கள் விளக்கு வெளிச்சத்தில் பிரகாச மாகத் தெரிந்தன. அவ்வப்போது வந்த டிராம் வண்டிகள் ஒளியை உமிழ்ந்த வண்ணம் இருந்தன. அப்போதெல்லாம் பளபளக்கும் கூந்தல், ஒரு புன்னகை, வெள்ளி வளையல் என ஏதோ ஒன்று மின்னியது. சிறிது நேரம் கழிந்ததும், அரிதாகத் தென்பட்ட டிராம் வண்டிகள், மரங்கள், தெருவிளக்குகள் ஆகியவற்றின் மேல் இரவின் அடர்த்தி பரவ ஆரம்பித்தது. தொடர்ந்து வெறிச்சோடிப்போன வீதியில் முதல் பூனை மெல்லக் கடந்து சென்றது. சாப்பிட வேண்டிய நேரம் என்பது அப்போதுதான் நினைவுக்கு வந்தது. நாற்காலியின் பின்புறத்தில் தலையை நீண்ட நேரம் வைத்தபடியே இருந்ததில் கழுத்து சற்று வலியெடுத்தது. வீதிக்குப் போய் ரொட்டியும் நூடுல்ஸும் வாங்கி வந்தேன். உணவு தயாரானதும் நின்றபடியே சாப்பிட்டு முடித்தேன். ஜன்னல் அருகில் சிகரெட் ஒன்றைப் புகைக்க வேண்டும்போல் இருந்தது. ஆனால், குளிர்ந்த காற்று வீசச் சற்றே குளிராக உணர்ந்தேன். ஜன்னல்களை மூடிவிட்டுத் திரும்பி வந்தபோது நிலைக்கண்ணாடியில் மேசையின் ஒரு பகுதி தெரிந்தது. அதன்மீது இருந்த மண்ணெண்ணெய் விளக்கு, அருகில் சில ரொட்டித் துண்டுகள் ஆகியவையும் தெரிந்தன. இதோ மீண்டும் ஒரு ஞாயிற்றுக்கிழமை கழிந்துவிட்டது; அம்மாவை அடக்கம் செய்தாகி விட்டது; நாளை முதல் என் வழக்கமான வேலையைத் தொடர்வேன். இப்படி எல்லாம் நினைத்துப்பார்த்த எனக்கு, மொத்தத்தில் எதுவும் மாறிவிட வில்லை என்று தோன்றியது.

◯

3

இன்று அலுவலகத்தில் எனக்கு நிறைய வேலை இருந்தது. மேலதிகாரி என்னிடம் பரிவு காட்டினார். மிகவும் களைப்பாக இல்லையா என்று என்னை விசாரித்ததுடன் என் அம்மாவின் வயது குறித்தும் தெரிந்துகொள்ள ஆர்வம் காட்டினார். இதில் தவறாக எதையும் சொல்லிவிடக் கூடாது என்பதற்காக "சுமார் அறுபது வயது இருக்கும்" என்று கூறினேன். அந்த பதிலில் ஆறுதல் அடைந்து, அம்மாவின் மரணம் நடந்து முடிந்த கதை என்று நினைப்பதைப்போல் அவரது பார்வை இருந்ததைத் தான் என்னால் புரிந்துகொள்ள முடியவில்லை.

என் மேசைமீது சரக்குகளின் விபரச் சீட்டுக் குவியல் இருந்தது. அதனைப் பிரித்து ஒழுங்கு செய்தாக வேண்டும். பகல் உணவுக்காக அலுவலகத்தை விட்டுக் கிளம்பும் முன் கைகளைக் கழுவிக்கொண்டேன். நண்பகல் நேரத்தில் எனக்கு மிகவும் பிடித்த வேலை இது. மாலை வேளையில் கை கழுவுவது அவ்வளவாகப் பிடிக்காது. ஏனெனில், நாள் முழுவதும் பயன் படுத்தப்பட்டதில் கைத்துடைக்கும் அந்தக் காகிதச் சுருள் ஈரமாகிப் போயிருக்கும். இதுகுறித்து ஒரு முறை என் மேலாளரிடம் தெரிவித்திருக்கிறேன். அது வருத்தத்துக்குரியதுதான் என்று ஏற்றுக் கொண்டாலும் அவர் அது ஒரு பெரிய விஷய மில்லை என்றார். பகல் 12:30 மணிவாக்கில், சரக்குகள் அனுப்பும் பிரிவில் வேலைபார்க்கும் எமானுவேலுடன் வெளியே கிளம்பினேன்.

எங்கள் அலுவலகம் கடலை நோக்கியவாறு அமைந்திருந்தது. எனவே, துறைமுகத்தில் சுட்டெரிக்கும் வெயிலில் காத்திருந்த சரக்குகளைப் பார்த்தபடி சிறிது நேரம் கழிந்தது. அந்த நேரத்தில் பெரும் இரைச்சலுடன் லாரி ஒன்று வந்துகொண்டிருந்தது. என்னைப் பார்த்த எமானுவேல், "என்ன, இதில் போகலாமா?" என்று கேட்டான். உடனே ஓட ஆரம்பித்தேன். லாரி எங்களைக் கடந்து சென்றுவிட்டது. அதனைப் பிடிக்க இருவரும் ஓடினோம். அது எழுப்பிய சத்தத்திலும் புழுதியிலும் நான் கரைந்து போனேன். எனக்கு வேறு எதுவும் தெரிய வில்லை. என் கவனத்தில் இருந்ததெல்லாம் அங்கிருந்த எந்திரங்கள், சரக்கு வாகனங்கள், தூரத்தில் நின்றுகொண்டிருந்த கப்பல்களில் அசைந்த கொடிக் கம்பங்கள், இவற்றுக்கு இடையில் தாறுமாறாக நாங்கள் ஓடிய ஓட்டம் மட்டுமே. நான்தான் முதலில் தாவிப் பிடித்து லாரியில் ஏறி உட்கார்ந்தேன். அதன் பின் எமானுவேல் உட்கார உதவினேன். எங்களுக்கு மூச்சு வாங்கியது. துறைமுகத்தின் தளம் சீராக இல்லாததால், ஏற்ற இறக்கத்திலும் புழுதியிலும் நல்ல வெயிலில் அந்த லாரி குதித்துக் குலுங்கியபடி சென்றது. மூச்சே நின்றுவிடும் அளவுக்கு எமானுவேல் விழுந்து விழுந்து சிரித்தான்.

வியர்வையில் நனைந்தபடி செலெஸ்த் உணவகத்துக்குப் போய்ச்சேர்ந்தோம். வழக்கம்போல் செலெஸ்த் அங்குதான் இருந்தான். பெரிய தொப்பை, மேலே அணிந்திருந்த அங்கி, வெள்ளை மீசையுடன் காட்சியளித்த அவன், "என்ன எல்லாம் நலம்தானே" என்று என்னை விசாரித்தான். நலம்தான் என்று பதில் கூறிய நான் பசிப்பதாகச் சொன்னேன். வேகமாகச் சாப்பிட்டு முடித்துவிட்டு காபி குடித்தேன். வீட்டுக்குத் திரும்பிய நான், அதிகமாக வைன் அருந்தியிருந்ததால் தூங்கிப் போனேன். விழித்தபோது, புகைக்க வேண்டும்போல் இருந்தது. நேரமாகியிருந்ததால் டிராமைப் பிடிக்க விரைந்தேன். அன்று பகல் முழுவதும் அலுவலகத்தில் வேலை. அறைக்குள் அதிக வெப்பமாக இருந்தது. அலுவலகத்தை விட்டு வெளியில் வந்து சாலையில் மெதுவாக நடந்தது மனதுக்கு இதமாக இருந்தது. வானமும் பசுமையாக இருக்க மகிழ்ச்சியாக இருந்தது. இப்படியே இருந்துவிடலாம் என்றாலும் உருளைக்கிழங்குகளை வேகவைக்கும் வேலை இருந்ததால் நேராக வீடு திரும்பினேன்.

இருட்டாக இருந்த மாடிப்படியில் ஏறும்போது, எனக்கு அடுத்த குடியிருப்பில் வசிக்கும் வயதானவரான சாலமானோ வின் மீது இடித்துக்கொண்டேன். அவர் தன் நாயுடன் வந்தார். எட்டு ஆண்டுகளாக அவர்கள் இருவரையும் ஒன்றாக பார்த்து வருகிறேன். அந்த ஸ்பானியல் வகை நாய்க்கு ஒருவிதத் தோல்

நோய் இருக்கும் என்று நினைக்கிறேன். ஏறக்குறைய முடி அனைத்தையும் கொட்டச் செய்த அந்நோய் உடல் முழுவதும் தழும்புகள், பழுப்புநிறத் தடிப்புகள் ஆகியவற்றால் மூடியிருந்தது. அதன் கூடவே தன்னந்தனியாகச் சிறிய அறை ஒன்றில் வாழ்ந்துகொண்டிருந்ததாலோ என்னவோ அந்த முதியவரும் அவரது நாயைப் போலவே தெரிந்தார். முகத்தில் சிவப்புத் தழும்புகளும் அவரது உடலில் அரிதாகக் காணப்பட்ட முடியும் நாயைப் போலவே செம்பட்டை நிறத்திலிருந்தது. நாயோ தன் உரிமையாளரிடமிருந்து ஒருவிதமான கூன் விழுந்த நடையையும் தொங்கிக்கொண்டிருக்கும் கழுத்துடன் முன்செல்லும் மூக்கும் பெற்றிருந்தது. இருவரும் ஒரே இனமாகத் தோன்றினாலும் இருவருக்குமிடையில் வெறுப்பு இருந்தது. காலை 11 மணி, மாலை 6 மணி எனத் தினமும் இருமுறை வயதானவர் அந்த நாயை நடக்க அழைத்துச் செல்வார். இந்த வழக்கம் கடந்த எட்டு ஆண்டுகளாக மாறாமல் நடந்துவருகிறது. அந்தப் பெரியவர் அளவுக்கு அவரை அந்த நாய் இழுத்துச் செல்வதை லியோன் சாலை நெடுகிலும் காணலாம். அவ்வாறு தடுமாறி விழப்போகும்போது அந்த நாயை அடிப்பதுடன் திட்டவும் செய்வார். பயத்தில் சாலையில் ஊர்ந்தபடி அது கிடக்கும். அதுபோன்ற சமயத்தில் அதை இழுத்துச் செல்ல வேண்டிய கட்டாயம் பெரியவருக்கு ஏற்படும். சிறிது நேரத்திலேயே இச்சம்பவத்தை மறந்துவிடும். நாய் மீண்டும் அவரை இழுத்துச் செல்லும். மீண்டும் அவரிடம் திட்டும் அடியும் வாங்கும். பிறகு இருவரும் நடைபாதையில் நின்றபடி ஒருவரை ஒருவர் பார்த்துக்கொண்டு இருப்பார்கள். நாயிடம் பயம் இருக்கும். அவரிடம் வெறுப்பு இருக்கும். இவ்வாறே நாள்தோறும் நடக்கும். சிறுநீர் கழிக்க நாய் விரும்பும்போது போதிய நேரம் தராமல் அதை இழுத்துக்கொண்டு போவார். எனவே சொட்டுச் சொட்டாகச் சிறுநீர் பாட்டையை அமைத்தபடி நாய் பின்தொடரும். எதிர்பாராதவிதமாக அறைக்குள்ளேயே சிறுநீர் கழிக்க நேர்ந்தால் அந்த நாய்க்கு அடிவிழும். கடந்த எட்டு ஆண்டுகளாக இது நடந்துவருகிறது. இதுகுறித்து செலெஸ்த் பேசும்போதெல்லாம், “பாவம்” என்பான். ஆனால், நன்றாகப் பார்த்தால் யாராலும் இதைப் புரிந்துகொள்ள முடியாது. நான் சாலமானோவைப் படிக்கட்டு அருகில் சந்தித்தபோது, அந்த நாயைத் திட்டிக்கொண்டிருந்தார். “நாற்றம் பிடித்த சொறி நாயே” என்று கூச்சல் போட அந்த நாயோ முனகிக்கொண்டிருந்தது. நான், “வணக்கம்” என்று கூறிப் பார்த்தேன். ஆனால், பெரியவரிடமிருந்து பதில் இல்லை. எனவே, அந்த நாய் என்ன தவறு செய்தது என்று கேட்டுப்பார்த்தேன். அதற்கும் பதில் இல்லை. வெறுமனே “நாற்றம் பிடித்த சொறி நாயே” என்றே

கத்தினார். நாயிடம் குனிந்தவாறு இருந்த அவர் அதன் கழுத்துப் பட்டையில் எதையோ சரி செய்கிறார் என்பதை மட்டும் ஊகித்துவிட்டேன். கொஞ்சம் குரலை உயர்த்திப் பேசினேன். அப்போதும் அவர் என் பக்கம் திரும்பாமல், உள்ளுக்குள் கொதிக்கும் கோபத்துடன், "நகர்கிறதா பார். அங்கேயே நிற்கிறது" என்று சொல்லிவிட்டு அந்த நாயைக் கால் தேயத் தரதரவென இழுத்துச் சென்றார். அது முனகிக்கொண்டே இருந்தது.

இந்தச் சம்பவம் நடந்துகொண்டிருக்கும் நேரத்தில்தான் எங்கள் தளத்தில் வசிக்கும் மற்றுமொருவன் வந்தான். அவன் பெண்களை வைத்துத் தொழில் செய்பவன் என்று எங்கள் பகுதியில் பேச்சு உண்டு. ஆனால், யாராவது அவனது தொழிலைப் பற்றி விசாரித்தால், 'பண்டகக் காப்பாளர்' என்று சொல்லிக்கொள்வான். பொதுவாகவே அவனை யாருக்கும் பிடிக்காது. ஆனாலும் என்னிடம் அடிக்கடி பேசுவதுடன் சில நேரங்களில் வீட்டுக்கும் வந்து சிறிது நேரம் இருந்துவிட்டுப் போவான். காரணம் அவன் சொல்வதைக் காது கொடுத்துக் கேட்பேன். அவன் பேசும் விஷயங்களும் எனக்குச் சுவாரசிய மானவை. மேலும், அவனுடன் பேசாமல் இருக்க எவ்விதக் காரணமும் என்னிடம் இல்லை. அவனது பெயர் ரெமோன் சேந்தேஸ். குள்ளமாக இருந்த அவனுக்குப் பெரிய தோள்கள், குத்துச்சண்டை வீரருக்கு உரிய மூக்கு. எப்போதும் கண்ணிய மான உடையில் இருப்பான். சாலமானோவைப் பற்றிப் பேச்சு வந்தபோது, "இது என்ன சோதனையோ" என்று அவனும் சொல்லியிருக்கிறான். என்னைப் பார்த்துத் தொந்திரவாக இல்லையா என்றும் கேட்டான். இல்லை என்றேன்.

படிகளில் ஒன்றாக ஏறினோம். பிரியும்போது என்னிடம் கொஞ்சம் சாசேஜும் வைனும் இருக்கின்றன, சாப்பிட வருகிறீர்களா என்று கேட்டான். வீட்டுக்குச் சென்று சமைக்கும் வேலை மிச்சம் என்பதால் சரி என்றேன். அவனுக்கும் ஒரே ஒரு அறையும் ஜன்னல் இல்லாத சமையலறையும்தான். அவனது கட்டிலுக்கு மேலே சுவரில் வெள்ளை, ரோஜா நிறங்களில் தேவதையின் படம், விளையாட்டு வீரர்களின் படங்கள், ஆடை களைந்த பெண்கள் ஒரு சிலரின் படங்கள் இருந்தன. அழுக்காகக் காணப்பட்ட அறையில் படுக்கை கலைந்திருந்தது. அங்கிருந்த மண்ணெண்ணெய் விளக்கை ஏற்றி வைத்துவிட்டு, சட்டைபையில் இருந்து அழுக்கான புண்கட்டுத்துணி ஒன்றை எடுத்து வலது கையில் கட்டுப் போட்டுக்கொண்டான். என்ன பிரச்சினை என்று விசாரித்தேன். தன்னிடம் வம்பு வளர்க்க வந்தவனுடன் கைக்கலப்பு ஏற்பட்டது என்றான்.

"மெர்சோ, உங்களுக்கே தெரியும். நான் கெட்டவன் இல்லை. கொஞ்சம் முன்கோபி. என்னைப் பார்த்து அவன் 'நீ ஒரு ஆண்மகனாக இருந்தால் டிராம் வண்டியை விட்டுக் கீழே இறங்கு' என்று சவால்விட்டான். 'சும்மா அடங்கு' என்றேன். அதற்கு அவன், 'நீ ஒரு ஆண்மகன் இல்லை' என்றான். அப்போது நான் இறங்கி, 'போதும், நிறுத்து. இல்லையென்றால் உன்னை அடங்கவைப்பேன்' என்று எச்சரித்தேன். பதிலுக்கு அவன், 'எங்கே பார்ப்போம்?' என்றான். உடனே அவனுக்கு ஒரு அடி கொடுத்தேன். கீழே விழுந்தான். அவனைத் தூக்கிவிடலாம் என்று அருகில் சென்றேன். ஆனால், அவனோ தரையில் கிடந்த படியே என்னை எட்டி உதைத்தான். எனவே, முட்டியால் ஒரு உதையும் இரண்டு அறையும் விட்டேன். அவன் முகத்தில் இரத்தம் வழிந்தது. 'என்ன போதுமா' என்று கேட்டேன். 'போதும்' என்றான்."

என்னுடன் பேசிக்கொண்டே சேந்தேஸ் தன் காயத்துக்குக் கட்டுப் போடுவதில் கவனம் செலுத்தினான். நான் கட்டில்மீது உட்கார்ந்திருந்தேன். "பார்த்தீர்களா, நான் எந்த வம்புக்கும் போகவில்லை. அவன்தான் வந்தான்" என்றான். அவன் கூறியது உண்மைதான் என்பதை உணர்வதாகக் கூறினேன். நான் வாழ்க்கைபற்றி அறிந்தவன் என்ற வகையில் அந்தப் பிரச்சினையில் என்னிடம் ஆலோசனை பெற விரும்புவதாகவும், நான் அவனுக்கு உதவ முடியும் என்றும் சொன்னான். பிறகு நான் உங்கள் நண்பனாகிவிடுவேன் என்றான். நான் எதுவும் சொல்லாததால் தனக்கு நண்பனாக இருக்க விருப்பமா என்று மீண்டும் கேட்டான். எனக்கு எந்தப் பிரச்சினையும் இல்லை என்றேன். அவன் முகத்தில் திருப்தி தெரிந்தது. சாசேஜை வெளியில் எடுத்துச் சமைக்கத் தொடங்கினான். கண்ணாடிக் குவளைகள், தட்டுகள், கத்திகள், முள்கரண்டிகள், இரண்டு பாட்டில் வைன் ஆகியவற்றை மேசைமீது வைத்தான். எல்லாமே அமைதியாக நடந்தன. பிறகு நாங்கள் இருவரும் சாப்பிட உட்கார்ந்தோம். சாப்பிட்டுக்கொண்டே தன் கதையைச் சொல்ல ஆரம்பித்தான். முதலில் அவனது பேச்சில் கொஞ்சம் தயக்கம் தெரிந்தது. "எனக்கு ஒரு பெண்ணைத் தெரியும். ஆசை நாயகி என்றே சொல்லலாம்" என்றான். அவனுடன் சண்டைப் போட்டவன் அந்தப் பெண்ணின் அண்ணன். அந்தப் பெண்ணைத் தான் நன்றாகக் கவனித்துக்கொண்டதாக அவன் சொன்னபோது நான் மௌனமாக இருந்தேன். அவனே பேச்சைத் தொடர்ந்தான். அந்தப் பகுதியில் என்ன பேசிக்கொள்கிறார்கள் என்பது தனக்குத் தெரியும் என்ற அவன், தான் மனசாட்சியுடையவன் என்றும் தான் ஒரு பண்டகக் காப்பாளர் என்றும் கூறினான்.

“என் விஷயத்தில் ஏதோ ஏமாற்று வேலை இருப்பதாகப் பட்டது” என்றான். அவள் வாழ்க்கைக்குத் தேவையான உதவியைச் செய்து வந்திருக்கிறான். அவள் வசித்துவந்த அறைக்கான வாடகையையும் அவன்தான் செலுத்தி வந்திருக்கிறான். அத்துடன் சாப்பாட்டுக்கு எனத் தினமும் இருபது பிராங்கு கொடுத்திருக்கிறான். “அறை வாடகைக்கு 300 பிராங்கு, சாப்பாட்டுக்கு 600 பிராங்கு அடிக்கடி காலுறைகளை மாற்றுவதற்கு என மொத்தம் 1000 பிராங்கு.” அந்த மகாராணி எந்த வேலைக்கும் போவதில்லை. ஆனால் நான் கொடுக்கும் பணத்தை வைத்துச் செலவுகளைச் சமாளிக்க முடியவில்லை என்று மட்டும் எப்போதும் அலுத்துக்கொள்வாள். நான் அவளைப் பார்த்து, ‘தினமும் அரை நாளாவது நீ வேலைக்குப் போகலாமே? உன் சில்லரைச் செலவுகளுக்கான பணம் கேட்டு எனக்குத் தொந்திரவு தராமல் இருக்கலாம். இந்த மாதம்கூட உனக்கு உடை வாங்கித் தந்துள்ளேன், தினமும் 20 பிராங்க் தருகிறேன். வாடகையும் கட்டுகிறேன். நீ என்னவென்றால் பிற்பகலில் நண்பர்களுடன் காபி சாப்பிட்டுக்கொண்டிருக் கிறாய். நான் உனக்குப் பணம் கொடுத்துக்கொண்டிருக்க நீயோ அவர்களுக்கு காபி வாங்கிக் கொடுத்துக்கொண்டிருப்பாய். நான் உன்னிடம் நல்ல விதமாக நடந்துகொள்கிறேன். ஆனால் எனக்குக் கஷ்டத்தைக் கொடுக்கிறாய்’ என்றெல்லாம் சொல்லிப் பார்த்தேன். ஆனால், அவள் வேலைக்குப் போகவில்லை. கொடுக்கும் பணம் போதவில்லை என்று சொல்லிக்கொண்டே இருந்தாள். அப்போதுதான் இதில் ஏதோ ஏமாற்று வேலை நடப்பதைப் புரிந்துகொண்டேன்.

ஒரு நாள் அவளது பையில் பரிசுச் சீட்டு ஒன்றைத் தான் பார்த்துவிட்டதாகவும் அதை எப்படி வாங்க முடிந்தது என்பதை அவளால் சொல்ல முடியவில்லை என்றும் கூறினான். சில நாட்களுக்குப் பிறகு அவளிடம் இருந்த அடகுக்கடைச் சீட்டு இரண்டு வளையல்களை அவள் அடகு வைத்திருப்பதை உறுதி செய்தது. அதுவரை அந்த வளையல்கள் இருந்ததே அவனுக்குத் தெரியாது. “என்னை ஏமாற்றிவிட்டாள் என்பதைத் தெளிவாகப் புரிந்துகொண்டேன். எனவே, அவளை விட்டு விலகிவிட்டேன். அதற்கு முன் அவளை அடித்ததுடன் உண்மையாக அவள் என்ன நினைக்கிறாள் என்பதைக் கூறினேன். அவள் விரும்பியதெல்லாம் உடல் இன்பம் மட்டும்தான் என்பதையும் சொன்னேன். உங்களுக்குத் தெரியுமா மெர்சோ, நான் அவளிடம், ‘உன்னை எந்த அளவு சந்தோஷமாக வைத்திருக்கிறேன் என்று இங்கிருப்பவர்கள் பொறாமைப்படு வதைப் பற்றி உனக்குப் புரியாது. காலப்போக்கில் உனக்கு கிடைத்திருந்த சந்தோஷம் புரியவரும் என்றேன்.’

அவளுக்கு ரத்தக் காயம் ஏற்படும் அளவுக்கு அடித்திருக்கிறான். அதுவரை அவளை அப்படி அவன் அடித்த தில்லை. "அவளை லேசாகத் தட்டியிருக்கிறேன். அன்பினால் என்றே வைத்துக்கொள்ளுங்கள். அவள் கொஞ்சம் அழுதவுடன் ஜன்னல் கதவுகளைச் சாத்துவேன். அத்துடன் அது முடிந்து போகும். ஆனால், இந்த முறை உண்மையாகவே அடித்து விட்டேன். என்னைக் கேட்டால் இதுவே போதாது என்றுதான் சொல்வேன்."

இந்த விஷயத்தில் தனக்கு ஆலோசனை தேவைப்படுகிறது என்பதை விளக்க ஆரம்பித்தான். எரிந்துகொண்டிருந்த விளக்குத் திரியைச் சரிசெய்வதற்காகப் பேச்சில் சற்று இடைவெளி விட்டிருந்தான். அவன் கூறியதைத் தொடர்ந்து கவனித்தேன். ஒரு லிட்டர் அளவுக்கு வைன் குடித்திருந்ததால் நெற்றிப் பொட்டில் அசௌகரியமாக இருந்தது. ரெமோனின் சிகரெட்டுகளை எடுத்துப் புகைக்க ஆரம்பித்தேன். என்னிடம் இருந்த சிகெரெட்டுகள் ஏற்கெனவே தீர்ந்துபோயிருந்தன. வெளியே கடைசி டிராம் வண்டிகள் சென்றுகொண்டிருந்தன. இப்போது தூரத்தில் ஒலிக்கும் அப்பகுதியின் இரைச்சல்களை யும் அவை சுமந்து செல்வதாகத் தோன்றியது. ரெமோன் பேச்சைத் தொடர்ந்தான். அவளுடனான உடலுறவிலுள்ள பலவீனத்தை நொந்துகொண்டான்; எனினும் அவளைத் தண்டிக்க எண்ணினான். அவளை ஏதாவது ஒரு விடுதிக்கு அழைத்துச் சென்று பாலியல் குற்றங்களுக்கான காவல் அதிகாரிகளுக்குத் தொலைபேசியில் தகவல் தந்து அவள்மீது பழியைப் போட்டு விலைமகள் பட்டியலில் சேர்த்துவிடலாம் என்று முதலில் திட்டமிட்டான். பிறகு, பாலியல் வணிகத்தி லுள்ள தன் நண்பர்கள் சிலரை அணுகிப் பார்த்தான். அவர்களுக்கும் எந்த வழியும் தெரியவில்லை. இதுகூடத் தெரியாமல் அந்தத் தொழிலில் இருப்பதே வீண் என்று ரெமோன் கூறுவது ஏற்றுக்கொள்ளக் கூடியதுதான். இதனை அவர்களிடம் சொன்னபோது, பேசாமல் அவளை 'முத்திரை குத்தி'விட வேண்டியது தானே என்று யோசனை கூறியிருக்கி றார்கள். ஆனால், அவனது நோக்கம் அதுவல்ல. மேலும், யோசனை செய்துபார்த்தான். அதற்குமுன், என்னிடம் ஏதோ கேட்க விரும்பினான். முதலில், தன் கதையைப் பற்றி நான் என்ன நினைக்கிறேன் என்று தெரிந்துகொள்ள விரும்பினான். இதில் கூற என்னிடம் எதுவும் இல்லை. இருந்தாலும் இது வித்தியாசமாகத்தான் இருக்கிறது என்று பதில் அளித்தேன். "என் விஷயத்தில் துரோகம் நடந்திருக்கிறது என்று நினைக்கிறீர்களா" என்று கேட்டதற்கு, "எனக்கென்னவோ, நடந்திருப்பதாகத்தான் தெரிகிறது" என்றேன். "அவளைத்

தண்டிக்க வேண்டியது நியாயம் என்று நினைக்கிறீர்களா? என் நிலையில் இருந்தால் நீங்கள் என்ன செய்திருப்பீர்கள்" என்று கேட்டான். "இதுபோன்ற நிலையில் எப்படி நடந்து கொண்டிருப்பேன் என்று உறுதியாகச் சொல்ல முடியாது" என்று கூறிய நான், "அவளைத் தண்டிக்க வேண்டும் என்ற உனது உணர்வைப் புரிந்துகொள்ள முடிகிறது" என்று சொன்னேன். மேலும் கொஞ்சம் வைன் குடித்தேன். சிகரெட் ஒன்றைப் பற்றவைத்துவிட்டு அடுத்த திட்டத்தைத் தெரிவித்தான். அவளுக்கு ஒரு கடிதம் எழுத வேண்டும் என்று தான் நினைத்திருப்பதாகக் கூறினான். அந்தக் கடிதம் காட்டமாக இருக்கும் அதே நேரத்தில், தான் செய்த தவறுகளுக்கு அவள் வருந்தும்படியாகவும் இருக்க வேண்டும் என்றும் விரும்பினான். அதைப் படித்துவிட்டு அவனிடம் அவள் திரும்பி வரும்போது, அவளுடன் உல்லாசமாக இருந்துவிட்டு 'எல்லாம் முடியும் நேரம்' பார்த்து அவள் முகத்தில் காறி உமிழ்ந்து வெளியே துரத்திவிட வேண்டும். ஆமாம், அது அவளுக்குச் சரியான தண்டனையாக இருக்கும் என்று நானும் நினைத்தேன். ஆனால் தன்னால் அது போன்றதொரு கடிதத்தை எழுத முடியாது என்று கருதிய ரெமோன் என்னைக் கேட்கலாம் என்று விரும்பியதாகத் தெரிவித்தான். எதுவும் சொல்லாமல் நான் மௌனமாக இருந்ததைப் பார்த்த உடனே "அதை எழுதித் தருவதில் பிரச்சினை எதுவும் இல்லையே" என்று கேட்டான். "இல்லை" என்றேன்.

கோப்பையில் வைனை ஊற்றித் தந்துவிட்டு எழுந்து கொண்டான். சாப்பிட்டு முடித்த தட்டுகள், நாங்கள் மீதம் வைத்திருந்த சிறிதளவு ஆறிப்போன சாசேஜ் ஆகியவற்றை ஓரமாகத் தள்ளினான். வழவழப்பான மேசை விரிப்பைக் கவனமாகத் துடைக்கலானான். பிறகு கட்டில் அருகிலிருந்த மேசையின் இழுப்பறையைத் திறந்து அதிலிருந்து ஒரு வெள்ளைத் தாள், மஞ்சள்நிற உறை, சிவப்புநிறப் பேனாப் பெட்டி, ஊதா மைகொண்ட சதுரமான பாட்டில் ஆகியவற்றை வெளியில் எடுத்தான். அந்தப் பெண்ணின் பெயரை அவன் சொன்னதுமே அவள் வடமேற்கு ஆப்பிரிக்காவில் வசிக்கும் 'மூர்' இனத்தைச் சார்ந்தவள் என்பதைத் தெரிந்துகொண்டேன். கடிதத்தை எழுதினேன். மனதில் தோன்றியதை அப்படியே எழுதினேன். எனினும், எப்படியாவது ரெமோனைத் திருப்தி செய்ய வேண்டும் என்பதில் உறுதியாக இருந்தேன். ஏனெனில், அவனுக்கு அத்தகைய திருப்தியைத் தராமல் நான் ஏன் இருக்க வேண்டும். எழுதி முடித்ததும் உரக்கப் படித்துக் காட்டினேன். புகைத்தபடியே தலையை ஆட்டியவாறு அவன் கவனித்துக் கொண்டிருந்தான். மீண்டும் ஒருமுறை படித்துக் காட்டும்படிக்

கேட்டான். அவனுக்கு முழு திருப்தி. "நீ விஷயம் தெரிந்தவன், எனக்கு நன்றாகத் தெரியும்" என்றான். என்னை அவன் ஒருமையில் அழைப்பதை நான் முதலில் கவனிக்கவில்லை. "மெர்சோ, இப்போது நீ என் நண்பன்" என்று அவன் கூறிய போதுதான் எனக்கு அது உறைத்தது. மீண்டும் ஒரு முறை அவன் அதையே சொன்னபோது நானும் "சரி" என்றேன். அவனுடைய நண்பனாக இருப்பதில் எனக்குப் பிரச்சினை எதுவுமில்லை. அவனுக்கோ அதில் அதிக சந்தோஷம் என்பது அவன் முகத்தில் தெரிந்தது. அந்தக் கடிதத்தை உறையில் போட்டு ஒட்டினான். மீதமிருந்த வைனைச் சாப்பிட்டு முடித்தோம். பிறகு சிறிது நேரம் இருவரும் உட்கார்ந்து எதுவும் பேசாமல் புகைத்தபடி இருந்தோம். வெளியே முழு அமைதி. கார் ஒன்று கடந்து செல்லும் சத்தம் கேட்டது. "நேரமாகிவிட்டது" என்று சொன்னேன். ரெமோனும் அதை ஆமோதித்தான். எவ்வளவு வேகமாக நேரம் கழிந்துவிட்டதே என்று ஆச்சரியப்பட்டான். ஒரு வகையில் அது உண்மைதான். எனக்குத் தூக்கம் வருவது போல் இருந்தது. ஆனால், எழுந்து நிற்கக் கஷ்டமாக இருந்தது. என் முகம் சோர்வாகத் தெரிந்திருக்க வேண்டும். ஏனெனில், சில பிரச்சினைகளால் நீங்கள் துவண்டுபோய்விடக் கூடாது என்றான் ரெமோன். முதலில் அவன் கூறியது எனக்கு விளங்கவில்லை. பிறகு, அவன் என்னைத் தேற்றும் விதமாகப் பேசினான். அம்மாவின் மறைவுச் செய்தியைத் தெரிந்து கொண்டதாகவும் இன்றில்லாவிட்டாலும் என்றாவது ஒருநாள் நடக்கக்கூடியதுதான் என்றும் ஆறுதல் கூறினான். நானும் அப்படித்தான் நினைத்தேன்.

நான் எழுந்துகொண்டேன். என் கைகளை இறுகப் பற்றிக் கைகுலுக்கிய ரெமோன், எப்போதுமே ஆண்களுக்குள் நல்ல புரிதல் இருக்கும் என்றான். அவனது அறைக் கதவைச் சாத்தி விட்டு வெளியே வந்து சிறிது நேரம் படிக்கட்டில் நின்றேன். அந்தக் கட்டடத்தை மயான அமைதி சூழ்ந்திருந்தது. படிக்கட்டுகளின் கீழிருந்து வெதுவெதுப்பான நெடி ஒன்று மேலெழும்பிக்கொண்டிருந்தது. என் காதோர ரத்த நாளங்கள் துடிக்கும் ஒலியைத் தவிர வேறு எதுவும் எனக்குக் கேட்க வில்லை. அப்படியே சிறிது நேரம் ஆடாமல் அசையாமல் நின்றிருந்தேன். சாலமானோவின் அறையில் நாய் முனகிக் கொண்டிருப்பது கேட்டது.

4

அந்த வாரம் முழுவதுமே எனக்கு அதிக வேலை. ரெமோன் என்னைச் சந்திக்க வந்த போது அந்தக் கடிதத்தை அனுப்பிவிட்டதாகத் தெரிவித்தான். இரண்டு முறை எமானுவேலுடன் திரைப்படம் பார்க்கச் சென்றேன். படத்தில் என்ன நடக்கிறது என்று அவனுக்கு எப்போதுமே புரியாது. அவனுக்கு எல்லாவற்றையும் விளக்கியாக வேண்டும். நேற்று சனிக்கிழமை என்பதால் ஏற்கெனவே பேசி வைத்தபடி மரி வந்திருந்தாள். சிவப்பு – வெள்ளைக் கோடுகள் போட்ட அழகான உடையும், தோல் காலணிகளும் அணிந்திருந்த அவளது தோற்றம் என்னை மிகவும் வாட்டியது. அவளது செழுமையான மார்பகங்களை ஊகிக்க முடிந்தது. வெயில் பட்டு மாநிறமாகியிருந்த அவளது முகம் மலர்போல் அழகாக இருந்தது. அல்ஜியர்ஸிலிருந்து சில கிலோமீட்டர் தொலைவில் கடற்கரை ஒன்று இருக்கிறது. பேருந்தில் அங்கு சென்றடைந்தோம். பாறைகளுக்கு இடையில், கடற்புல் சூழ அமைந்த கடற்கரை. மாலை நான்கு மணி. வெயில் அவ்வளவாக இல்லாவிட்டாலும் மெல்லத் துள்ளிவரும் சிறு அலைகளுடன் நீர் வெதுவெதுப்பாக இருந்தது. விளையாட்டு ஒன்றை மரி எனக்குக் கற்றுத் தந்தாள். நீந்திக்கொண்டே அலைமுகட்டின் நுரையை உறிஞ்சி வாயில் அடக்கிவைக்க வேண்டும். பிறகு மல்லாந்த நிலையில் வானத்தை நோக்கி நுரையை உமிழ வேண்டும். அது மெல்லிய நுரைப் படலமாகக் காற்றில் கரையும் அல்லது வெதுவெதுப்பான

சாரலாக என் முகத்தின் மீதே விழும். ஆனால். ஒரு சில நிமிடங்களில் என் வாய் உப்பின் காரத்தால் எரிய ஆரம்பித்தது. அப்போது மரி அருகில் வந்து என்னை தன் உடலோடு சேர்த்துக் கொண்டாள். என் வாய்மீது வாய் வைத்தபோது அவளது நாக்கு என் உதடுகளை குளிர்வித்தது. சிறிது நேரம் அலைகளினிடையே மகிழ்ச்சியாகக் கழித்தோம்.

கரையில் உடை மாற்றிக்கொண்டபோது மரி தன் மின்னும் கண்களால் என்னைப் பார்த்தாள். அவளை அணைத்து முத்தமிட்டேன். அதன் பிறகு நாங்கள் எதுவுமே பேசவில்லை. அவளை என் அருகில் இழுத்துப் பற்றிக்கொண்டேன். வேகமாகச் சென்று பேருந்தில் ஏறி என் வீட்டுக்குத் திரும்பினோம். போய்ப் படுக்கையில் விழுந்தோம். ஜன்னல் கதவைத் திறந்து வைத்திருந்தேன். மாநிறமான எங்கள் உடல்மீது கோடை இரவின் குளிர்ச்சி தவழ்ந்தது இதமாக இருந்தது.

அன்று காலை மரி என்னுடன் தங்கிவிட்டாள். ஆகவே, நாம் ஒன்றாகச் சாப்பிடலாம் என்றேன். இறைச்சி வாங்க மாடியில் இருந்து இறங்கினேன். திரும்பப் படி ஏறும்போது, ரெமோனின் அறையிலிருந்து பெண் குரல் கேட்டது. சிறிது நேரத்துக்குப் பிறகு சாலமானோ தன் நாயைத் திட்டினார். அந்த மரப்படிகளில் காலணி ஓசையும் நாய் பிராண்டும் சத்தமும் கேட்டன. பிறகு “சொறி நாயே” என்று கத்தினார். அவர்கள் வீதியில் இறங்கிவிட்டனர். அந்த வயதானவரின் கதையைக் கேட்ட மரி சிரித்தாள். என் இரவு அங்கியை அவள் அணிந்திருந்தாள். அதன் கைகளைச் சுருட்டிவிட்டிருந்தாள். அவள் சிரித்தபோது அவள்மீதான மோகம் அதிகமானது. சிறிது நேரத்திற்குப் பிறகு அவள் என்னைப் பார்த்து உண்மையிலேயே என்னை விரும்புகிறாயா என்று கேட்டாள். இது அர்த்தமற்ற கேள்வி என்றும் நான் அவளைக் காதலிப்பதாகத் தெரியவில்லை என்றும் சொன்னேன். அவளது முகத்தில் வாட்டம் தெரிந்தது. இருந்தாலும் சமைக்கும்போது காரணமெதுவும் இல்லாமல் அவள் சிரித்த விதம் என்னை முத்தமிட வைத்தது. அதே நேரத்தில்தான் ரெமோனின் வீட்டில் சண்டைபோடும் சத்தம் கேட்டது.

முதலில் ஒரு பெண் ஓங்கிக் கத்துவது கேட்டது. பிறகு ரெமோன், உரத்த குரலில் “நீ என்னைக் கைவிட்டுவிட்டாய், அநியாயமாகக் கைவிட்டுவிட்டாய், என்னைக் கைவிட்டதற்குச் சரியான பாடம் புகட்டாமல் விடமாட்டேன்,” என்றான். மோதிக்கொள்ளும் ஓசையைத் தொடர்ந்து பெண்ணின் கூக்குரல் கேட்டது. அவள் போட்ட கூச்சலில் படிக்கட்டில் நிறையப் பேர் கூடிவிட்டனர். மரியும் நானும்கூட வெளியில்

வந்து பார்த்தோம். அந்தப் பெண் இன்னமும் அழுது கொண்டிருக்க ரெமோனும் அவளை அடிப்பதை நிறுத்த வில்லை, இது மிகவும் கொடுமையானது என்று மரி கூறிய கருத்துக்கு நான் எதுவும் சொல்லவில்லை. காவலர்களை அழைத்து வரும்படி என்னைக் கேட்டுக்கொண்டாள். எனக்கு அவர்களைப் பிடிக்காது என்று கூறிவிட்டேன். எனினும், அதற்குள் காவலர் ஒருவர் இரண்டாம் தளத்தில் குடியிருக்கும் குழாய் சீர் செய்பவருடன் வந்துகொண்டிருந்தார். வந்தவர் கதவைத் தட்டியதும் உள்ளே சத்தம் அடங்கியது. மீண்டும் பலமாகத் தட்டினார். சிறிது நேரத்தில் அந்தப் பெண் அழத்தொடங்க ரெமோன் கதவைத் திறந்தான். வாயில் சிகரெட்டுடன் அப்பாவியாய் முகத்தை வைத்துக்கொண்டு நின்றிருந்தான். வேகமாகக் கதவருகில் வந்த அந்தப் பெண், ரெமோன் தன்னை அடித்துவிட்டதாகக் காவலரிடம் முறையிட்டாள். "உன் பெயர் என்ன" என்று கேட்க ரெமோன் பதில் அளித்தான். "என்னிடம் பேசும்போது வாயில் உள்ள சிகரெட்டை எடுத்துவிட்டுப் பேசு" என்றார் காவலர். தயங்கிய ரெமோன் என்னைப் பார்த்துவிட்டுப் புகையை உள்ளுக்கு இழுத்தான். காவலர் ஓங்கி அவனது கன்னத்தில் ஓர் அறைவிட்டார். சிகரெட் ஒருபக்கமாகப் போய் விழுந்தது. ரெமோனின் முகம் மாறியது என்றாலும் உடனே எதுவும் பேசவில்லை. பிறகு, பணிவானதொரு தொனியில் அந்த சிகரெட் துண்டை எடுத்துக்கொள்ளலாமா என்று கேட்டான். சரி என்று அனுமதித்த காவலர், "போலீஸை இனி விளையாட்டாக எடுத்துக்கொள்ளாதே" என்று எச்சரித்தார். அதற்குள் அந்தப் பெண் அழுதபடியே, "இவன் என்னை அடித்துவிட்டான், இவன் ஒரு பெண் தரகன்" என்று சொன்னாள். உடனே ரெமோன், "சார், ஒரு மனிதனைப் பார்த்துப் 'பெண் தரகன்' என்று சொல்லச் சட்டத்தில் இடம் இருக்கிறதா" என்று கேட்டான். அதற்குக் காவலர், "வாயை மூடு" என்று கட்டளையிட்டார். அந்தப் பெண் பக்கம் திரும்பிய ரெமோன், "இருடி செல்லம். இன்னும் இருக்கு உனக்கு," என்று மிரட்டினான். ரெமோனை அடக்கிய காவலர், அந்தப் பெண் அங்கிருந்து கிளம்பியாக வேண்டும் என்றும் தலைமைக் காவல் நிலையத்திலிருந்து அழைப்பு வரும்வரை அவன் அறையிலேயே காத்திருக்க வேண்டும் என்றும் சொன்னார். உடல் முழுவதும் நடுங்கும் அளவு போதையில் இருப்பதற்கு ரெமோன் வெட்கப்பட வேண்டும் என்றார் காவலர். ரெமோன் அதனை மறுத்து, "சார், நான் போதையில் இல்லை. உங்கள் முன் நிற்கிறேன் அவ்வளவுதான். எனக்கு நடுக்கமாக இருக்கிறது. இது சகஜம் தான்" என்று விளக்கினான். அவன் கதவைச்

சாத்திக்கொள்ள எல்லோரும் சென்றுவிட்டனர். மரியும் நானும் சமையலை முடித்திருந்தபோதும் அவளுக்குப் பசியில்லை. எனவே, ஏறக்குறைய எல்லாவற்றையும் நானே சாப்பிட்டு முடித்தேன். ஒரு மணிக்கு அவள் கிளம்பிச் சென்ற பின் சிறிதளவு தூங்கினேன்.

மூன்று மணியிருக்கும். அறைக் கதவைத் தட்டும் ஓசை கேட்டது. ரெமோன் வந்தான். நான் படுக்கையில் இருந்தேன். என் கட்டிலின் மீது ஓரமாக உட்கார்ந்துகொண்டான். சிறிது நேரம் பேசாமல் இருந்தான். அவனது பிரச்சினை என்ன ஆயிற்று என்று விசாரித்தேன். தான் நினைத்திருந்ததைச் செய்ததாகவும் தன்னை அவள் அறைந்ததாகவும், அதன் பின்னரேதான் அவளை அடித்ததாகவும் விளக்கினான். அதன் பின் நடந்தவை எனக்குத் தெரிந்ததுதான். இப்போது அவளுக்குத் தண்டனை கிடைத்துவிட்டது என்றே கருதுவதாகக் கூறிய நான், இதில் அவனுக்குத் திருப்தி ஏற்பட்டிருக்க வேண்டுமே என்றேன். தானும் அப்படித்தான் நினைப்பதாகக் கூறிய அவன், காவலர் என்ன செய்தாலும் அவள் என்னிடம் வாங்கிய அடிகளை ஒன்றும் செய்ய முடியாது என்றான். அத்துடன் தனக்குக் காவலர்களைப் பற்றி நன்றாகத் தெரியும் என்றும் அவர்களைச் சமாளிக்கும் வழியும் தெரியும் என்றும் கூறினான். "அந்தக் காவலரைத் திருப்பி அடிப்பேன் என்று எதிர்பார்த்தாயா" என்று கேட்டான். "நான் எதையும் எதிர்பார்க்கவில்லை, அதுவுமில்லாமல் எனக்கு அவர்களைப் பிடிக்காது" என்றும் கூறினேன். ரெமோன் முகத்தில் முழுத்திருப்தி தெரிந்தது. வெளியில் எங்காவது போகலாமா என்று கேட்டான். எழுந்து தலை வாரிக்கொள்ள ஆரம்பித்தேன். தனக்குச் சாட்சியாக இருக்க வேண்டும் என்று என்னைக் கேட்டுக்கொண்டான். அதில் ஒன்றும் பிரச்சினையில்லை. ஆனால், என்ன சொல்ல வேண்டும் என்று எனக்குத் தெரியாது. தனக்கு அந்தப் பெண் துரோகம் செய்தாள் என்று சொன்னால் போதும் என்றான் ரெமோன். நானும் சாட்சியாய் இருக்கச் சம்மதித்தேன்.

நாங்கள் வெளியில் வந்தோம். அவன் எனக்குப் பிராந்தி வாங்கித் தந்தான், பிறகு பில்லியர்ட்ஸ் ஆடலாம் என்றான். அந்த ஆட்டத்தில் வெற்றிக்கு மிக அருகில் வந்து தோற்றுப் போனேன். அதன் பின் உல்லாச விடுதிக்குப் போகலாம் என்று அழைத்தான். ஆனால், நான் முடியாது என்றேன். ஏனெனில், எனக்கு அது பிடிக்காது. ஆகவே, வீட்டுக்கு மெதுவாக நடந்து வந்தோம். வரும் வழியில், அந்தப் பெண்ணைத் தண்டிக்க முடிந்ததில் தான் எந்த அளவு சந்தோஷம் அடைந்திருக்கிறேன் என்பதை விவரித்தபடி வந்தான். என்னுடன் அவன் மிகவும்

நல்லவிதமாக நடந்துகொள்வதாகத் தெரிந்தது. அந்தப் பொழுதும் நல்லபடியாகக் கழிந்ததாகக் கருதினேன்.

எங்கள் குடியிருப்பின் வாயில் அருகில் சாலமானோ நின்றிருப்பதைத் தூரத்திலிருந்து பார்த்தேன். பெரியவர் பரபரப்பாகத் தெரிந்தார். நாங்கள் அவர் அருகில் வந்து சேர்ந்தபோது, அவருடைய நாய் இல்லாததைக் கவனித்தேன். எல்லாத் திசைகளிலும் பார்த்துக்கொண்டிருந்தார். திரும்பி வாசலருகில் இருட்டை ஊடுருவிப் பார்க்க முயன்றார். தொடர்பில்லாமல் எதையெதையோ முணுமுணுத்துவிட்டு மீண்டும் தன் சிறிய சிவப்புக் கண்களால் அந்த வீதியைத் துழாவினார். என்ன பிரச்சினை என்று ரெமோன் விசாரித்த போது அவர் உடனடியாகப் பதில் அளிக்கவில்லை. வழக்கம் போல், "நாற்றம் பிடித்த சொறி நாய்" என்று முணுமுணுப்பது லேசாகக் காதில் விழுந்தது. தொடர்ந்து பரபரப்பாகக் காணப்பட்டார். அவரது நாய் எங்கே என்று விசாரித்தேன். அது போய்விட்டது என்று வெடுக்கெனப் பதில் கூறினார். பிறகு சட்டெனச் சத்தமாகப் பேச ஆரம்பித்தார். "எப்போதும்போல் இராணுவ அணிவகுப்புத் திடலுக்கு அதை அழைத்துச் சென்றேன். சந்தையைச் சுற்றிலும் நல்ல கூட்டம். 'தப்பித்தலில் மன்னன்' என்னும் மாயாஜால நிகழ்ச்சியைக் காண நின்றேன். நிகழ்ச்சி முடிந்து புறப்படலாம் என்றால் அந்த நாயைக் காணவில்லை. இருப்பதைவிடச் சிறியதாகக் கழுத்துப்பட்டை ஒன்று வாங்க வேண்டும் என்று வெகு நாட்களாக நினைத்துக் கொண்டிருந்தது உண்மைதான். ஆனால், இந்தப் பாழாய்ப் போன முண்டம் இவ்வாறு திடீர் என்று போய்விடும் என்று நினைத்துப் பார்க்கவேயில்லை" என்று கூறி முடித்தார்.

"அந்த நாய் வழி தவறிப் போய் இருக்கலாம். பிறகு தானாகவே திரும்ப வரும்" என்று ரெமோன் அவருக்கு விளக்கினான். தங்கள் உரிமையாளரைத் தேடிப் பல கிலோமீட்டர் தொலைவு நடந்து வந்த நாய்களைப் பற்றி விவரித்தான். எனினும், பெரியவரின் படபடப்பு குறைய வில்லை. "என் நாயை அவர்கள் கொண்டு போய்விடுவார்களே. யாராவது பார்த்து அதை எடுத்து வளர்த்தால் தான் நல்லது. ஆனால் அது சாத்தியமில்லை. யாருக்கும் அதன் சொறிசிரங்கு அருவருப்பாக இருக்கும். நிச்சயமாக, காவலர்கள் அதனைப் பிடித்துச் சென்றுவிடுவார்கள்." அப்படியானால், நாய்களை அடைத்து வைத்திருக்கும் பட்டிக்குச் சென்று கட்டணம் செலுத்தினால் நாயைத் தந்துவிடுவார்கள் என்று யோசனை சொன்னேன். கட்டணம் அதிகமாக இருக்குமா என்று கேட்டார். தெரியாது என்றேன். உடனே கோபத்தில் கத்த ஆரம்பித்தார்.

"அந்தச் சொறி நாய்க்குப் பணம் வேறு செலவு செய்வதா, செத்துத் தொலையட்டும்," என்றவர் அதனை வசைபாட ஆரம்பித்தார். ரெமோன் சிரித்துவிட்டுக் குடியிருப்புக்குள் போய்விட்டான். நானும் அவன் பின்னே சென்றேன். படிக்கட்டுகளில் ஏறித் தளம் வந்ததும் பிரிந்து சென்றோம். சிறிது நேரம் சென்றதும் பெரியவரின் காலடி ஓசை கேட்டது. என் அறைக் கதவைத் தட்டினார். கதவைத் திறந்தேன். சிறிதுநேரம் வாசல் அருகில் நின்றவர், "மன்னிக்கவும். ஒரு விஷயம்" என்று எதையோ கேட்கத் தயங்கினார். உள்ளே வரும்படி அழைத்தும் வரவில்லை. தன் காலணிகளைப் பார்த்தபடியே நின்றிருந்த அவரது தழும்பேறிய கைகள் நடுங்கின. என் முகத்தைப் பார்க்காமல், "மெர்சோ சார்! அதை என்னிடமிருந்து எடுத்துக்கொள்ள மாட்டார்கள் இல்லையா? என்னிடமே திருப்பித் தந்து விடுவார்கள்தானே? இல்லையென்றால், என் நிலைதான் என்ன?" என்று கேட்டார். நாய்களை அடைத்து வைப்பவர்கள் அவற்றின் உரிமையாளர்கள் வந்து அழைத்துச் செல்லும் விதமாக மூன்று நாட்கள் வைத்திருப்பார்கள். பிறகு தங்கள் விருப்பம் போல் செயல்படுவார்கள் என்று விளக்கினேன். எதுவும் பேசாமல் பார்த்துக்கொண்டிருந்தார். பிறகு "போய் வருகிறேன்," என்று கூறி விடைபெற்றார். கதவைச் சாத்திக் கொண்ட அவர் அங்குமிங்கும் நடக்கும் சத்தம் கேட்டது. அவரது கட்டில் கிறீச்சிடும் ஓசை கேட்டது. தளத்தைக் கடந்துவந்த வினோதமான சிறியதொரு சத்தத்தில் அவர் அழுகிறார் என்பது புரிந்தது. ஏனோ என் அம்மாவின் நினைவு வந்தது. நாளை காலை சீக்கிரமாக எழுந்தாக வேண்டும். எனக்குப் பசியில்லாததால் சாப்பிடாமலேயே உறங்கச் சென்றேன்.

○

5

அலுவலகத்தில் இருந்த எனக்கு ரெமோன் தொலைபேசியில் பேசினான். தன் நண்பன் ஒருவனுடன் (என்னைப் பற்றி ஏற்கெனவே அவனிடம் பேசிவிட்டான்) வரும் ஞாயிற்றுக் கிழமை, அல்ஜியர்ஸ் அருகிலுள்ள அந்த நண்பனின் குடிலில் பொழுதைக் கழிக்கலாம் என்று அழைத்தான். எனக்கும் விருப்பம்தான் என்றும் ஆனால் எனக்குத் தெரிந்த பெண்ணுக்கு அதே ஞாயிற்றுக்கிழமை வாக்குத் தந்துவிட்டதாகக் கூறினேன். உடனே அவன் அவளையும் நான் அழைத்ததாகச் சொல் என்றான். மேலும், தன் நண்பனின் மனைவியும் ஆண்களினிடையே தனியே இருக்காமல் துணை கிடைப்பதில் பெரிதும் மகிழ்வாள் என்றான்.

உரையாடலை அத்துடன் முடித்துக்கொண்டு தொலைபேசியை வைத்துவிட நினைத்தேன். ஏனெனில், நகரத்திலிருந்து யாராவது தொலைபேசியில் அழைப்பது மேலதிகாரிக்குப் பிடிக்காது. ஆனால் ரெமோன் என்னை விட வில்லை. ஞாயிற்றுக்கிழமைத் திட்டம் மட்டும் என்றால் அன்று இரவுகூடச் சொல்லி யிருக்கலாம்; ஆனால், வேறு ஒரு விஷயத்தை எனக்குத் தெரிவிக்க வேண்டும் என்றான். நாள் முழுவதும் அரேபியர்கள் சிலர் அவன் எங்கு சென்றாலும் பின்தொடர்கிறார்களாம். அவனுடைய ஆசைநாயகியாக இருந்த பெண்ணின் அண்ணனும் அந்தக் கூட்டத்தில் இருந்தானாம்.

"இன்று இரவு வீடு திரும்பும்போது, வீட்டின் அருகில் அவனைப் பார்த்தால் என்னிடம் சொல்" என்று கேட்டுக்கொண்டான். சரி சொல்கிறேன் என்றேன்.

சிறிது நேரத்தில் என் மேலதிகாரி என்னைக் கூப்பிட்டார். தொலைபேசியில் பேசுவதைக் குறைத்துக்கொண்டு வேலையில் அதிகக் கவனம் செலுத்துமாறு சொல்வார் என்று நினைத்துச் சங்கடத்துடன் சென்றேன். ஆனால், அவர் அழைத்தது அந்த விஷயத்துக்கே அல்ல. இன்னும் தெளிவான வடிவம் பெறாத திட்டம் ஒன்றைப் பற்றிப் பேச அழைத்தாகச் சொன்னார். அதைப் பற்றி நான் என்ன நினைக்கிறேன் என்று தெரிந்துகொள்ள விரும்புவதாகவும் கூறினார். பாரீஸில் அலுவலகம் ஒன்றைத் திறக்க எண்ணியிருப்பதாகவும், அதன் மூலம் பெரிய நிறுவனங்களுடனான வணிக விஷயங்களை அங்கிருந்தபடியே நேரடியாகப் பேசி முடிக்க வசதியாக இருக்கும் என்றும் கூறினார். அங்கு போய் வேலை செய்ய விருப்பமா என்று கேட்டார். பாரீஸில் வசிக்கவும் ஆண்டில் சில மாதங்களைப் பயணத்தில் கழிக்கவும் வாய்ப்பு கிடைக்கும். "நீங்கள் இளைஞராக இருப்பதால் இப்படியான வாழ்க்கை அமைவது உங்களுக்குப் பிடிக்கும் என்று நினைக்கிறேன்," என்றார். அவர் கூறுவதை ஏற்றுக்கொண்டாலும் எங்கு வேலை செய்தாலும் எனக்கு ஒன்றுதான் என்றேன். "வாழ்க்கை முறையில் ஒரு மாற்றம் ஏற்படுவதில் விருப்பமில்லையா" என்று கேட்டார். யாரும் தன் வாழ்க்கையை மாற்றிக்கொள்வதில்லை என்ற நான், எப்படிப் பார்த்தாலும் ஒவ்வொருவரின் வாழ்க்கைக்குமான மதிப்பு இருக்கத்தான் செய்கிறது என்றேன். அத்துடன், இங்கு அமைந்துள்ள என் வாழ்க்கை திருப்தியாகவே இருக்கிறது என்று கூறினேன். என் பதிலில் ஏமாற்றமடைந்தவராகத் தெரிந்தார். "எப்போதுமே நான் நேரடியான பதில் தருவதில்லை" என்று கூறிய அவர் "சிலவற்றை அடைய வேண்டும் என்ற வேட்கை இல்லாத என் இயல்பு வணிகத் துறைக்குக் கேடானது" என்றார். பிறகு என் வேலையைத் தொடரச் சென்றேன். அவரை மனம் கோணச் செய்யாமல் இருந்திருக்கலாம். ஆனால், என் வாழ்க்கை முறையை திடீரென மாற்றிக்கொள்ள வேண்டிய அவசியம் இருப்பதாகத் தெரியவில்லை. நன்றாக யோசித்துப்பார்த்தால், என் மகிழ்ச்சிக்கு ஒன்றும் குறைவில்லை. மாணவப் பருவத்தில் எனக்கு இதுபோல் நிறைய ஆசைகள் இருந்திருக்கின்றன. எனினும், படிப்பைப் பாதியில் கைவிட வேண்டிய நிலை ஏற்பட்டபோது இவற்றுக்கெல்லாம் உண்மையான மதிப்பு எதுவுமில்லையென்று விரைவிலேயே புரிந்தது.

அன்று இரவு மரி என்னைப் பார்க்க வந்தாள். தன்னைத் திருமணம் செய்துகொள்ள விருப்பமா என்று கேட்டாள். எனக்கு எல்லாம் ஒன்றுதான், அவளுக்கு விருப்பமென்றால் செய்துகொள்ளலாம் என்றேன். அப்படியானால், நான் அவளை விரும்புகிறேனா என்று தெரிந்துகொள்ள ஆசைப்பட்டாள். ஏற்கெனவே ஒருமுறை கூறியதைப் போன்ற பதிலையே இம்முறையும் சொன்னேன். இது அர்த்தமற்ற கேள்வி என்பதோடு நிச்சயமாக அவளைக் காதலிக்கவில்லை என்றும் கூறினேன். "பிறகு எதற்காக என்னை மணந்துகொள்ள வேண்டும்?" என்று கேட்டாள். அதற்கென முக்கியத்துவம் எதுவும் இல்லை என்றாலும் அவள் விரும்பினால் திருமணம் செய்துகொள்ளலாம் என்றும் விளக்கினேன். அத்துடன், அவளாகத்தானே விருப்பப்பட்டுக் கேட்டாள். நான் சரி என்று மட்டும் சொன்னேன். திருமணம் என்பது முக்கியமானது என்று சுட்டிக்காட்டினாள். நான் மறுத்து, "கிடையாது" என்றேன். சிறிது நேரம் எதுவும் பேசாமல் என்னையே பார்த்தபடி இருந்தாள். பிறகு பேச ஆரம்பித்தாள். "தன்னைப் போலவே தொடர்பிலுள்ள வேறு பெண் ஒருத்தி இதேபோல் கேட்டிருந்தால் அப்போதும் சம்மதித்து இருப்பேனா" என்று நேரடியாகக் கேட்டாள். "நிச்சயமாக" என்றேன். "நான் உன்னைக் காதலிக்கிறேனா என்று தெரியவில்லையே" என்றாள். அது எனக்கு எப்படி தெரியும். சிறிது நேர மௌனத்துக்குப் பின் நான் விசித்திரமானவன் என்று தனக்குள் சொல்லிக் கொண்டாள். அதற்காகவே என்னைக் காதலிப்பதாகவும் அதே காரணத்தால் ஒரு நாள் நான் அவளை வெறுக்கவும் வாய்ப்பு இருக்கிறது என்றாள். இதற்குமேல் சொல்ல எதுவும் இல்லாததால் நான் பேசாமல் இருந்தேன். என் கைகளைப் பற்றிக்கொண்ட அவள் என்னைத் திருமணம் செய்துகொள்ள விரும்புவதாக சிரித்தபடியே தெரிவித்தாள். அவள் எப்போது விரும்பினாலும் திருமணம் செய்துகொள்ளலாம் என்றேன். அப்போது என் மேலதிகாரி முன்வைத்துள்ள திட்டத்தை மரியிடம் பகிர்ந்தேன். தனக்கும் பாரீஸைப் பற்றித் தெரிந்துகொள்ளும் ஆர்வம் இருப்பதாகத் தெரிவித்தாள். நான் ஏற்கெனவே அங்கு வசித்துள்ளதைக் கூறியதும் அந்த அனுபவத்தைத் தெரிந்துகொள்ள ஆசைப்பட்டாள். "அழுக்கடைந்து இருக்கும்; நிறையப் புறாக்களையும் இருட்டான முற்றங்களையும் காணலாம். எல்லோரும் வெள்ளைத் தோலுடன் இருப்பார்கள்," என்று என் அனுபவத்தை விவரித்தேன்.

அதன்பிறகு நகரத்தின் பெரிய வீதிகளின் வழியாக நடந்து சென்றோம். இந்த ஊரில் பெண்கள் அழகாக இருப்பதை

மரி கவனித்தாளா என்று கேட்டேன். தானும் அதனைக் கவனித்ததாகவும் என்னைப் புரிந்துகொண்டதாகவும் கூறினாள். சிறிது நேரம் இருவரும் பேசாமல் இருந்தோம். மேலும் சிறிது நேரம் என்னுடன் அவள் இருக்க வேண்டும் என்று நான் விரும்பியதால், செலெஸ்த் உணவகத்தில் சாப்பிடுவதற்காக அவளை அழைத்தேன். அவளுக்கும் ஆசைதான் என்றாலும் சில வேலைகள் இருப்பதால் வர இயலாது என்றாள். என் வீட்டின் அருகில் வந்துவிட்டோம். அவளிடம் விடைபெற்றேன். என்னைப் பார்த்த அவள், "என்ன வேலை என்று தெரிந்துகொள்ள விருப்பமில்லையா" என்று கேட்டாள். அதனைத் தெரிந்துகொள்ள வேண்டும் என்று விரும்பியபோதும் அவ்வாறு கேட்கவில்லை. அதற்காக என்னைக் குறைபட்டுக்கொள்வதாகத் தெரிந்தது. தர்மசங்கடத்தில் நெளிந்த என் முகத்தைக் கண்ட அவள் தொடர்ந்து சிரித்தபடியே தன் உதடுகளைப் பதிப்பதற்காக என்மீது அப்படியே சாய்ந்தாள்.

செலெஸ்த் உணவகத்தில் சாப்பிட்டு முடித்தேன். சாப்பிடத் தொடங்கியபோது, வித்தியாசமாகத் தெரிந்த குள்ளமான பெண் ஒருத்தி என் எதிரில் நாற்காலியில் உட்கார விரும்பினாள். உட்காரலாம். பிரச்சினையில்லை. அவளது உடல் மொழியில் பரபரப்பு தெரிந்தது. ஆப்பிள் போன்ற சிறிய முகம். பிரகாசமானக் கண்கள், மேல் அங்கியைக் கழற்றியவள் உட்கார்ந்து உணவுப் பட்டியலை வேகவேகமாகப் பார்த்தாள். செலெஸ்தை அழைத்துத் தனக்கு வேண்டிய அத்தனை உணவுகளையும் ஒரே மூச்சில் துல்லியமாகவும் துரிதமாகவும் சொல்லி முடித்தாள். முதல் உணவுத் தட்டு வருவதற்கு முன், கைப்பையைத் திறந்து தாளும் பென்சிலும் எடுத்தாள். சாப்பிடப்போகும் உணவுக்கான தொகையைக் கணக்கிட்டாள். பரிமாறுபவருக்கான சிறு தொகையை அத்துடன் கூட்டினாள். தன் கைப்பையிலிருந்து சரியான தொகையை எடுத்து மேசை மீது வைத்தாள். முதலில் வந்து சேர்ந்த உணவினை மடமடவெனச் சாப்பிட்டு முடித்தாள். அடுத்த உணவுக்காகக் காத்திருக்காமல், மீண்டும் தன் பைக்குள் கைவிட்டாள். நீலநிறப் பென்சில் ஒன்றையும் அந்த வார வானொலி நிகழ்ச்சி விவரத்தைத் தாங்கிய இதழ் ஒன்றையும் வெளியில் எடுத்தாள். அதிக அக்கறையுடன் ஒவ்வொன்றாக என ஏறக்குறைய அனைத்து நிகழ்ச்சிகளையும் குறித்துக் கொண்டாள். அந்த இதழில் 12 பக்கங்கள் இருந்ததால், சாப்பிட்டு முடிக்கும் வரை இந்த வேலையில்தான் முழுக் கவனமும் அவளுக்கு இருந்தது. நான் சாப்பிட்டு முடித்திருந்தேன். அவளோ அதே முனைப்புடன் குறித்துக்கொண்டிருந்தாள். பிறகு

எழுந்து நின்ற அவள் அதே எந்திர கதியில் மேல் அங்கியை எடுத்து அணிந்துகொண்டு வெளியேறினாள். வேறு வேலை எதுவும் இல்லாததால் அவளைச் சிறிதுநேரம் பின்தொடர்ந்தேன். நடைபாதை ஓரமாகச் சென்ற அவள் நடையில் அதீத வேகம் மட்டுமல்ல அபார நம்பிக்கையும் தெரிந்தது. தயக்கம் எதுவு மின்றியும் திரும்பிப் பார்க்காமலும் நடந்து சென்றாள். இறுதியில் என் பார்வையிலிருந்து மறைந்துபோக நான் திரும்ப வேண்டியதாயிற்று. அவள் விசித்திரமான பெண் என்று நினைத்தேன். ஆனால், விரைவிலேயே அவளை மறந்தும் போனேன்.

என் வீட்டுக் கதவின் அருகில் சாலமானோ நின்றிருப் பதைப் பார்த்தேன். அவரை உள்ளே அழைத்துச் சென்று விசாரித்தேன். நாய்கள் காப்பகத்துக்குச் சென்று பார்த்ததாகவும், அங்கு அது இல்லை என்பதால் காணாமல்தான் போயிருக்க வேண்டும் என்றும் கூறினார். அங்கிருந்த ஊழியர்கள் சிலர், ஏதாவது வாகனமொன்றில் அடிபட்டுச் செத்திருக்கும் என்று நினைக்கிறார்களாம். காவல்துறைத் தலைமை அலுவலகத்தில் கேட்டால் தகவல் கிடைக்குமா என்று கேட்டிருக்கிறார். இதுபோன்ற சம்பவங்களைப் பற்றிய விபரங்களை யாரும் பாதுகாப்பதில்லை. ஏனெனில் இவ்வாறு நாள்தோறும் நடந்துகொண்டேயிருக்கும் என்று விளக்கியுள்ளனர். வேறு ஒன்றை வாங்கி வளர்க்கக் கூடாதா என்ற யோசனையை மறுத்த பெரியவர் சாலமானோ, அந்த நாயுடன் நன்கு பழகி விட்டதை விளக்கியதைக் கேட்ட எனக்கு அவர் நினைப்பது சரிதான் என்று தோன்றியது.

என் கட்டிலின் மீது கால்களை மடக்கியபடி உட்கார்ந் திருந்தேன். சாலமானோ அங்கிருந்த மேசையின் முன் போடப் பட்டிருந்த நாற்காலியில் முழங்கால்களின் மீது கைகளை ஊன்றியபடி என்னைப் பார்த்தவாறு உட்கார்ந்திருந்தார். தலையில் இருந்த பழைய தொப்பி மாறவில்லை; பழுப்பேறிய மீசைக்குக் கீழிருந்த வாயிலிருந்து வரும் வாக்கியங்கள் முற்றுப் பெறாமல் நின்றன. அவர் அங்கு இருந்தது சற்றே சலிப்பூட்டியது. எனினும், எனக்கு வேறு வேலை எதுவும் இல்லை என்பதுடன் தூக்கமும் வரவில்லை. ஏதாவது பேசலாமே என்று அவரது நாயைப் பற்றி விசாரித்தேன். தன் மனைவி இறந்துபோன பின் அந்த நாய் கிடைத்ததாக அவர் கூறினார். அவரது திருமணம் தாமதமாக நிகழ்ந்துள்ளது. இளைஞராய் இருந்தபோது நாடகத் துறையை விரும்பியுள்ளார். இராணுவ சேவையின்போது, முகாம்களில் நிகழ்ந்த நாடகங்களில் நடித்துள்ளார். இறுதியில் தொடர் வண்டித் துறையில் தான் அவர் பணியாற்றி ஓய்வு

பெற்றார். அதைப் பற்றிய வருத்தம் எதுவும் அவருக்கு இல்லை. ஏனெனில் இப்போது ஓரளவு ஓய்வூதியமும் அவருக்குக் கிடைக்கிறது. மனைவியுடன் மகிழ்ச்சியாக இல்லை என்றாலும் அந்த வாழ்க்கைக்கு நன்கு பழகியிருந்தார். மனைவி இறந்தபோது மிகவும் தனிமையை உணர்ந்துள்ளார். அந்த நேரத்தில் தான், உடன் வேலை செய்தவரிடம் இருந்த இந்த நாய்க்குட்டியைக் கேட்டு வாங்கியிருந்தார். ஆரம்பத்தில் புட்டியில்தான் உணவு தர வேண்டியிருந்தது. மனிதர்களை விட நாய்கள் குறைந்த காலமே வாழும் என்பதால் இருவருக்கும் ஒரே நேரத்தில் முதுமை வந்து விட்டது. "அந்த நாய் கெட்ட குணம் கொண்டது. அடிக்கடி எங்களுக்குள் சண்டை வரும். எது எப்படியோ அது ஒரு நல்ல நாய்" என்றார் சாலமானோ. அது நல்ல இனத்தைச் சேர்ந்த நாய் என்றபோது சாலமானோவின் முகத்தில் திருப்தி தெரிந்தது. "அதற்குத் தோல் நோய் வருவதற்கு முன் அதை பார்த்திருக்க மாட்டீர்கள். அதற்கு அழகு சேர்ப்பதே அதன் முடி தான்" என்றார். நாய்க்குத் தோல் நோய் வந்த நாள்முதல் காலையும் மாலையும் என அதற்குக் களிம்பு தடவ சாலமானோ மறந்ததில்லை. எனினும், அவரைப் பொறுத்த வரை, அதனைப் பாதித்த உண்மையான நோய் முதுமைதான். மேலும், முதுமைக்குச் சிகிச்சை இல்லை.

நான் கொட்டாவி விடுவதைப் பார்த்த பெரியவர் புறப்படுவதாகக் கூறினார். நீங்கள் இருந்து போகலாம் என்று சொல்லிவிட்டு, அவரது நாய்க்கு நேர்ந்த சோகம் என்னைப் பாதித்தது என்றேன். அதனைக் கேட்டு நன்றி தெரிவித்தார். என் அம்மாவுக்கு அந்த நாயை மிகவும் பிடிக்கும் என்றார். அம்மாவைப் பற்றிப் பேசும்போது. "உங்கள் அம்மா பாவம்" என்றார். அம்மா இறந்ததிலிருந்து நான் அதிக சோகத்தில் இருக்கக்கூடும் என்று அவர் கூறியதற்கு நான் பதில் எதுவும் சொல்லவில்லை. உடனே வேகவேகமாகவும் சங்கடத்துக் குள்ளான முகத்துடனும் தான் நினைப்பதைக் கூறினார். இந்தப் பகுதியில் இருப்பவர்கள் நான் அம்மாவை முதியோர் இல்லத்தில் தங்க வைத்ததால் என்னைப் பற்றிய தவறான கண்ணோட்டத்தில் உள்ளனர் என்றார். "ஆனால், உங்களைப் பற்றி எனக்கு நன்றாக தெரியும், உங்கள் அம்மாவை மிகவும் நேசித்தீர்கள் என்பதும் தெரியும்" என்றார். இந்த நொடிவரை இவ்விஷயத்தில் எதற்காக என்னைத் தவறாக புரிந்து கொள்கிறார்கள் என்று தெரியவில்லை. அம்மாவை வைத்துப் பார்த்துக்கொள்ள என்னிடம் போதிய பணம் இல்லாததால் முதியோர் இல்லம்தான் சரியான இடமாக எனக்குத் தெரிந்தது என்று கூறினேன். "மேலும், வெகு நாட்களாகவே என்னுடன் பகிர்ந்துகொள்ள எதுவும் இல்லாததால் அம்மா தனிமையில்

சலிப்புடன் காலத்தைக் கழித்து வந்தார்" என்று நிலைமையை விளக்கினேன். "உண்மைதான், முதியோர் இல்லத்திலாவது நண்பர்கள் கிடைப்பார்கள்" என்று ஆமோதித்தார். பிறகு என்னிடமிருந்து விடைபெற விரும்பினார். தூங்கப் போவதாகச் சொல்லிச் சென்றார். இப்போது தன் வாழ்க்கையே மாறி விட்டதாகவும் இனி என்ன செய்வது என்று தெரியவில்லை என்றும் வருந்தினார். அவரைப் பார்த்த நாளிலிருந்து முதல்முறையாக என்னுடன் கை குலுக்கினார். அதுவும் திறந்த மனதுடன் இல்லை. அவரது கைகளின் சொர சொரப்பை உணர்ந்தேன். மெல்லிய புன்னகையுடன் அங்கிருந்து புறப்படும் முன், "இன்று இரவு நாய் எதுவும் குரைக்காது என்று நினைக்கிறேன். எப்போதும் சத்தம் கேட்டால் அது என்னுடைய நாய் என்று நினைத்துக்கொள்வேன்."

◐

6

ஞாயிற்றுக்கிழமை காலை எளிதில் விழிப்பு வரவில்லை. எழுந்திருக்கும்படி மரி என்னை அழைக்கவும் உலுக்கவும் வேண்டியிருந்தது. அன்று கொஞ்சம் முன்னதாகவே கடலில் குளிக்கத் திட்டமிட்டிருந்ததால் நாங்கள் எதுவும் சாப்பிடவில்லை. உடலிலுள்ள அனைத்தும் வற்றி விட்டதைப் போன்ற சோர்வு. கூடவே கொஞ்சம் தலைவலியும் இருந்தது. நான் புகைத்த சிகரெட்டும் கசந்தது. மரி என்னைப் பார்த்து, 'சவக்களை'யான முகம் என்று கேலி செய்தாள். வெள்ளை நிற உடை அணிந்திருந்த அவள் கூந்தலை அவிழ்த்து விட்டிருந்தாள். அவள் அழகாக இருப்பதாக நான் சொன்னதைக் கேட்டுச் சந்தோஷத்தில் சிரித்தாள்.

குடியிருப்பை விட்டுக் கீழே இறங்கி வரும் போது ரெமோனின் அறைக்கதவைத் தட்டினோம். தானும் புறப்பட்டு வருவதாக அவனிடமிருந்து பதில் வந்தது. ஏற்கெனவே களைப்பில் இருந்தேன். வீட்டுக்குள் இருந்தபோது ஜன்னலின் ஒளிதடுக்குத் திரைகளைத் திறந்து வைக்காமல் விட்டுவிட்டேன். எனவே, வீதியில் இறங்கி நடந்தபோது முன்னமே தகித்துக்கொண்டிருந்த சூரிய வெளிச்சம் என் முகத்தில் அறைவது போலிருந்தது. மரி உற்சாகத்தில் துள்ளிக் குதித்தபடி அது ஒரு அற்புதமான நாள் என்று திரும்பத் திரும்பச் சொல்லிக்கொண்டிருந்தாள். எனக்கும் களைப்பு குறைந்திருந்தது. பசி எடுப்பதும் தெரிந்தது. இதனை மரியிடம் கூறினேன். அவளோ எங்கள் இருவரது

நீச்சல் உடைகளையும் குளியல் துண்டு ஒன்றும் போட்டு வைத்துள்ள தன் பளபளக்கும் பையைக் காட்டினாள். எனவே, பசியைத் தள்ளிப்போட்டுக் காத்திருப்பதைத் தவிர வேறு வழியில்லை. ரெமோன் கதவைச் சாத்தும் சத்தத்தைக் கேட்க முடிந்தது. நீல நிறத்தில் கால்சட்டை, வெள்ளை அரைக்கைச் சட்டை ஆகியவற்றுடன் அவன் அணிந்திருந்த ஓலைத் தொப்பி மரிக்குச் சிரிப்பை வரவழைத்தது. கருப்பு முடிகளுக்கு கீழிருந்த அவனது முன்னங்கைகள் வெளுப்பாக இருந்தன. அவற்றைப் பார்க்கச் சற்றே அருவருப்பாக இருந்தது. சீழ்க்கை ஒலியுடன் கீழே இறங்கிவந்த அவன் உற்சாகமாகத் தோன்றினான். என்னைப் பார்த்து "என்னடா, எப்படி இருக்கிற" என்றவன் மரியை 'மிஸ்' என்று அழைத்து நலம் விசாரித்தான்.

இதற்கு முந்தைய நாள் காவல் நிலையத்திற்கு ரெமோனுடன் போய் அந்தப் பெண் அவனுக்குத் துரோகம் செய்துவிட்டாள் என்று சாட்சியம் அளித்து வந்தேன். அவனை எச்சரித்து அந்தச் சம்பவத்திலிருந்து விடுவித்துவிட்டார்கள். நான் கூறியதை யாரும் ஆராயவில்லை. காவல் நிலைய வாயிலில் நின்றபடி ரெமோனுடன் சிறிது நேரம் பேசிக்கொண்டு இருந்தபின் பேருந்தில் செல்ல முடிவு செய்தோம். கடற்கரை வெகு தூரத்தில் இல்லை என்றாலும் இன்னும் சீக்கிரமாகப் போய்விடலாம். மேலும், நாங்கள் முன்னதாகவே வந்து சேர்ந்ததைக் கண்டு தன் நண்பன் மகிழ்வான் என்று ரெமோன் நினைத்தான். நாங்கள் அங்கிருந்து கிளம்பும் நேரம் திடீரென ரெமோன் எங்களை எதிர்ப்புறம் பார்க்கும்படி சைகை செய்தான். அங்கு இருந்த சிகரெட் கடை முகப்பின் மீது சாய்ந்தபடி சில அரேபியர்கள் நின்றிருந்தனர். அவர்கள் எங்களையே பார்த்துக்கொண்டிருந்தார்கள். மௌனமாக இருந்தார்கள் என்றாலும் அவர்களுக்கே உரிய வகையில் எங்களைக் கற்களையோ அல்லது பட்ட மரங்களையோ போல் அலட்சியமாகப் பார்த்தார்கள். இடப்புறத்திலிருந்து இரண்டாவதாக நிற்பவன் தான் தன்னிடம் சண்டை வளர்த்தவன் என்று ரெமோன் கூறினான். அப்போது அவன் முகம் பதற்றமாகக் காணப்பட்டது. எப்படிப் பார்த்தாலும் இப்போது அது நடந்து முடிந்த கதை என்றும் கூறினான். மரிக்குச் சரியாகப் புரியாததால், என்ன விஷயம் என்று எங்களிடம் விசாரித்தாள். அங்கு இருப்பவர்கள் அரேபியர்கள் என்றும் ரெமோன்மீது கோபத்தில் இருக்கிறார்கள் என்றும் அவளுக்கு விளக்கினேன். உடனடியாக அங்கிருந்து கிளம்பலாம் என்றாள் மரி. ரெமோனும் நிமிர்ந்தபடி சிரித்துவிட்டு "வேகமாகப் புறப்பட வேண்டும்" என்றான்.

சற்றுத் தூரத்திலிருந்த பேருந்து நிறுத்தத்தை நோக்கி நடந்தோம். அந்த அரேபியர்கள் எங்களைப் பின்தொடர வில்லை என்று ரெமோன் தெரிவித்தான். நானும் திரும்பிப் பார்த்தேன். நாங்கள் சற்றுமுன் வெளியேறியிருந்த இடத்தை அக்கறையற்ற பார்வையுடன் பார்த்துக்கொண்டிருந்தார்கள். நாங்கள் பேருந்தில் ஏறி உட்கார்ந்தோம். இப்போது முற்றிலுமாக நிம்மதி அடைந்தவனாய்க் காணப்பட்ட ரெமோன், மரியிடம் தொடர்ந்து நகைச்சுவையாகப் பேசிக்கொண்டிருந்தான். அவளை அவனுக்குப் பிடித்திருக்கிறது என்பது புரிந்தது. ஆனால், அவள் அவனிடம் ஏறக்குறைய எதுவும் பேசாமல் வந்தாள். அவ்வப்போது அவனைச் சிரித்தபடி பார்த்தாள்.

அல்ஜியர்ஸின் புறநகர்ப் பகுதி வந்ததும் பேருந்திலிருந்து இறங்கினோம். கடற்கரை அந்தப் பேருந்து நிறுத்தத்திலிருந்து அப்படியொன்றும் தூரமில்லை. எனினும், கடலைப் பார்த்தவாறு அமைந்துள்ள சிறியதொரு சமதளத்தைத் தாண்டிய பிறகு கடற்கரைக்கு இறங்கிப்போக வேண்டும். அந்தப் பகுதியில் மஞ்சள்நிறப் பாறைகளுடன் வானத்தின் அடர்த்தியான நீலநிறப் பின்னணியில் காட்டுப் பூக்கள் முழு வெண்மையுடன் காட்சியளித்தன. மரி தன் கைப்பையை அந்தப் பூக்கள் மீது வீசி, அதன் இதழ்களைச் சிதறி விழவைத்து விளையாடிக்கொண்டிருந்தாள். பச்சை, வெள்ளைநிற வேலி களைக் கொண்ட சிறிய வீடுகள் வரிசையாகக் கட்டப்பட் டிருந்தன. அவற்றின் சில தாழ்வாரங்கள் சிறிய மரங்களுக்குப் பின்னும் மற்றவை பாறைகளுக்கிடையே முழுமையாகத் தெரியும்படியும் அமைந்திருந்தன. அந்த நிலப்பரப்பு முடிவடையும் இடத்துக்கு வருவதற்கு முன்பே அசைவற்ற கடலும் தூரத்தில் தெளிவான நீரின் மீது பாறையினாலான முகடுகளும் தெரிந்தன. அந்த அமைதியான சூழலில் தூரத்தில் இயங்கிய எந்திரத்தின் மெல்லிய சத்தத்தைக் கேட்க முடிந்தது. ஒளிரும் நீர்ப்பரப்பின் மீது தூரத்தில் சிறிய விசைப்படகு ஒன்று போவது சிறு புள்ளியாகத் தெரிவதைப் பார்த்தோம். பாறைகளுக்கு இடையில் பூத்திருந்த ஐரிஸ் மலர்களைப் பறித்தபடியே மரி நடந்து வந்தாள். கடலை நோக்கி அமைந்திருந்த சரிவுப் பாதையிலிருந்த எங்கள் கண்களுக்குக் கடலில் குளித்துக்கொண்டிருந்த சிலர் தெரிந்தனர்.

ரெமோனின் நண்பனுக்குச் சொந்தமான மரக்குடில் கடலுக்கு மிக அருகில் இருந்தது. அந்த வீட்டின் பின்பகுதிப் பாறையை ஒட்டியிருக்க, முன்பகுதியைப் பலப்படுத்தும் மரத்தூண்கள் தண்ணீரில் அமிழ்ந்திருந்தன. ரெமோன் எங்களுக்கு எல்லோரையும் அறிமுகம் செய்துவைத்தான்.

அவனுடைய நண்பன் மசோன். வலிமையான தோள்களுடன் உயரமாக இருந்தான். உடன் அவனுடைய மனைவி; சற்றே பருமனான தோற்றம்; இனிமையாக நடந்துகொண்ட அவளது பேச்சில் பாரீஸ்காரர்களின் தொனி தெரிந்தது. சொந்த வீட்டில் இருப்பதாக நினைத்து இயல்பாக அமர்ந்துகொள்ளுங்கள் என உபசரித்த ரெமோனின் நண்பன், காலையில் தான் பிடித்து வந்த மீனை வறுவல்செய்து வைத்திருப்பதாகவும் கூறினான். வீடு மிக அழகாக இருப்பதாக அவனைப் பாராட்டினேன். சனி, ஞாயிறு தவிர எல்லா விடுமுறை நாட்களிலும் ரெமோன் வந்துவிடுவான் என்று கூறிய அவன், "என் மனைவியுடன் அவனுக்கு நன்கு ஒத்துப்போகும்" என்றும் சொன்னான். அப்போது மரியுடன் அவனுடைய மனைவியும் சேர்ந்து சிரித்தாள். முதன்முறையாக அந்த நேரத்தில்தான் நான் திருமணம் செய்துகொள்ளப் போகிறேன் என்ற நினைவுவந்தது என்று சொல்லலாம்.

மசோன் கடலில் குளிக்க விரும்பினான். ஆனால் அவனுடைய மனைவிக்கும் ரெமோனுக்கும் உடன் வர விருப்பமில்லை. மசோனும் நாங்கள் இருவரும் கடலுக்குக் குளிக்கச் சென்றோம். மரி உடனடியாக நீரில் குதித்துவிட்டாள். மசோனும் நானும் சிறிது நேரம் காத்திருந்தோம். மெதுவாகப் பேசும் வழக்கம் மசோனிடம் உள்ளதைக் கவனித்தேன். ஏதாவது ஒன்றைப் பற்றிப் பேசி முடிக்கும்போது, "இன்னும் சொல்லப் போனால்" என்று ஆரம்பிப்பான். ஆனால், ஏற்கெனவே சொன்ன விஷயத்துக்கு அப்பால் புதிதாக எதுவும் இருக்காது. மரியைப் பற்றிப் பேசும்போது, "அவள் அதிரவைக்கும் அழகு" என்று சொல்லிவிட்டு "இன்னும் சொல்லப்போனால், கவர்ச்சிகரமானவள்" என்றான். இதற்கு மேல் அவனது இந்த வழக்கத்தைக் கவனிக்க நேரமில்லை. ஏனெனில், எனக்கு இதமாக இருந்த வெயிலை அனுபவிக்கத் தொடங்கினேன். வெயிலில் மணல் சுட ஆரம்பித்தது. அப்போதும் தண்ணீருக்குள் நீந்த வேண்டும் என்ற ஆசையைத் தள்ளிவைக்கப் பார்த்தேன். ஆனால், அதற்கு மேல் முடியாததால், "என்ன குதிக்கலாமா?" என்று மசோனிடம் கேட்டுவிட்டேன். நான் தண்ணீரில் குதித்தேன். அவன் மெல்ல நீருக்குள் இறங்கினான். அதற்கு மேல் கால்களை ஊன்ற முடியாத நிலையில் நீந்தத் தொடங்கினான். மார்பு நீச்சல் முறையில் அரை குறையாக நீந்திக்கொண்டிருந்த அவனை விட்டுவிட்டு மரி அருகில் சென்றேன். நீர் குளிர்ச்சியாக இருக்க அதில் நீந்துவது எனக்குப் பிடித்திருந்தது. மரியும் நானும் நீந்திக்கொண்டே நீண்ட தொலைவு சென்றுவிட்டோம். எங்கள் அசைவுகள் மட்டுமல்லாது அப்போது ஏற்பட்ட மனநிறைவிலும் எங்களிடையே உள்ள ஒற்றுமையை உணர்ந்தோம்.

கரைக்கு வெகுதொலைவில் சென்ற பின் மல்லாந்து படுத்து நீந்தினேன். வானத்தை நோக்கியிருந்த என் முகத்தின் மீது விழுந்த வெயில் என் வாயில் வழிந்துகொண்டிருந்த மீதமுள்ள நீரினை உலர்த்திக்கொண்டிருந்தது. வெயிலை அனுபவித்து ஓய்வெடுக்கக் கரையை நோக்கி மசோன் செல்வதைப் பார்த்தோம். தூரத்திலிருந்து பார்க்க அவன் உருவம் பெரிதாகத் தெரிந்தது. என்னுடன் சேர்ந்து நீந்த மரி ஆசைப்பட்டாள். பின்னாலிருந்து அவளது இடுப்பை நான் பிடித்துக்கொள்ளத் தன் கைகளின் உதவியோடு அவள் நீந்தினாள். கால்களை உதைத்தபடி நான் அவளுக்கு உதவி செய்தேன். அவ்வாறு நீரில் நாங்கள் நீச்சல் அடித்ததில் எழுந்த சத்தம் எனக்குச் சோர்வு தட்டும்வரை அந்தக் காலைப் பொழுதில் எங்களைத் தொடர்ந்தது. மரியை விட்டுவிட்டு நன்கு மூச்சை இழுத்துவிட்ட படி எப்போதும்போல நீந்திக் கரை ஏறினேன். கரைக்கு வந்ததும், மசோன் அருகில் குப்புறப் படுத்துக்கொண்டேன். என் முகம் மணல் மீதிருந்தது. "இதமாக இருக்கிறது" என்று நான் சொன்னபோது மசோனும் அதை ஆமோதித்தான். சிறிது நேரத்திற்குப் பின் மரியும் வந்துவிட்டாள். என்னை நோக்கி வரும் அவளைப் பார்க்கத் திரும்பிப் படுத்தேன். கூந்தலைப் பின்பக்கம் போட்டுக்கொண்டு, உடல் முழுவதும் உப்பு நீரில் மினுமினுத்தபடி வந்தாள். என் பக்கத்தில் படுத்துக்கொண்ட அவளது உடலின் கதகதப்பு, வெயில் தந்த வெப்பம் இரண்டும் சேர்ந்து என் கண்களைத் தூக்கத்தில் சொக்க வைத்தன.

நன்றாகத் தூங்கிவிட்டிருந்த என்னை உலுக்கி எழுப்பிய மரி, "மசோன் வீட்டுக்குத் திரும்பிவிட்டான், சாப்பிடும் நேரமும் நெருங்கிவிட்டது" என்று தெரிவித்தாள். உடனடியாக எழுந்து கொண்டேன். ஏனெனில், எனக்கும் பசி எடுத்தது. ஆனால், மரியோ அன்று காலைமுதல் அவளை நான் முத்தமிடவில்லை என்று குறைபட்டுக்கொண்டாள். உண்மைதான். எனக்கும் முத்தமிட வேண்டும்போல் இருந்தது. "தண்ணீரில் இறங்கலாம்" என்று அழைத்தாள். இருவரும் ஓடிப்போய் முதலில் வந்த சிற்றலைகளின் மீது விழுந்தோம். சிறிது தூரம் நீந்தியிருப்போம்; மரி என்னை நெருங்கி வந்து என்னுடன் சேர்ந்துகொண்டாள். அவளது கால்கள் என் கால்களுடன் பின்னியிருப்பதை உணர்ந்தேன். அவள்மீதான மோகம் அதிகமானது.

நாங்கள் மசோனின் வீட்டுக்குத் திரும்பி வந்துகொண் டிருந்தபோது எங்களை அவன் கூப்பிட்டபடி இருந்தான். "எனக்கு நல்ல பசி" என்றேன். அவன் உடனடியாக, என்னை மிகவும் பிடித்திருக்கிறது என்று அவன் மனைவியிடம் சொன்னான். ரொட்டி சுவையாக இருந்தது; எனக்காக

வைத்திருந்த மீனை முழுமையாகச் சாப்பிட்டு முடித்தேன். அதனைத் தொடர்ந்து கறி, உருளைக்கிழங்கு வறுவல் ஆகியவையும் எதுவும் பேசாமல் எல்லோரும் சாப்பிட்டோம். மசோன் அதிகமாக வைன் அருந்தியதோடு என் கோப்பையையும் தொடர்ந்து நிரப்பிக்கொண்டிருந்தான். காபி அருந்தும் நேரம் வருவதற்குள் என் தலை சற்றே கனக்க ஆரம்பித்தது. எனவே, நிறைய சிகரெட் புகைத்தேன். செலவுகளைப் பொதுவில் வைத்து ஆகஸ்ட் மாதம் முழுவதும் ஒன்றாகக் கழிக்கலாம் என்று மசோன், ரெமோன், நான் என மூவரும் திட்டமிட்டோம். சட்டென மரி, "இப்போது மணி என்ன தெரியுமா? *11.30*" என்றாள். எங்களுக்கு ஆச்சரியமாக இருந்தது. ஆனால், நாம் சீக்கிரமாகச் சாப்பிட்டுவிட்டோம் என்பதை மசோன் நினைவூட்டினான். அதுவும் இயல்பானதுதான்; ஏனெனில் நமக்கு பசியெடுக்கும் நேரம்தான் சாப்பாட்டு நேரம் என்றான். இதனைக் கேட்டு மரி எதற்காகச் சிரித்தாள் என்று விளங்கவில்லை. கொஞ்சம் அதிகமாகக் குடித்திருக்க வேண்டும் என்று நினைத்துக்கொண்டேன். கடற்கரையோரம் நடக்கத் தன்னுடன் வர விருப்பமா என்று மசோன் என்னைக் கேட்டான். "சாப்பிட்டு முடித்ததும் என் மனைவிக்குக் குட்டித் தூக்கம் தேவை. எனக்கு அது பிடிக்காது. நடந்தாக வேண்டும். அது உடம்புக்கு நல்லது என்று அவளிடம் சொல்வதுண்டு. அதன் பின் அவள் இஷ்டம்" என்றான். மசோனின் மனைவிக்கு உதவியாகச் சாப்பாட்டுப் பாத்திரங்களைக் கழுவி எடுத்துவைக்க வீட்டில் இருந்துகொள்வதாக மரி தெரிவித்தாள். "அதற்கு ஆண்களை வெளியே கிளப்பினால்தான் அது நடக்கும்" என்றாள் மசோனின் மனைவி. நாங்கள் மூன்று பேரும் வீட்டை விட்டு இறங்கினோம்.

மணலின் மீது வெயில் ஏறக்குறைய நேரடியாக இறங்கக் கடலில் விழுந்த அதன் பிரதிபலிப்பு கண்களைக் கூசச்செய்தது. கடற்கரையில் இப்போது யாரும் இல்லை. கரையோரத்தில் கடல் மீது முகப்பை நீட்டியபடி அமைந்திருந்த குடில்களில் மேசைமீது தட்டுகளை எடுத்துவைத்துச் சாப்பிடத் தயாராகும் சத்தம் கேட்டது. பாறைகளின் வெப்பத்தில் மேலெழும்பிய அனல் காற்றைச் சுவாசிப்பது கடினமாக இருந்தது. ரெமோனும் மசோனும் பேசிக்கொண்டு வந்தார்கள். எனக்குத் தெரியாத நபர்களைப் பற்றியும் விஷயங்களைப் பற்றியும் அவர்கள் பேசிக்கொண்டிருந்தார்கள். நீண்ட நாட்களாக அவர்கள் பழகி வந்திருக்க வேண்டும் என்பதும் ஒரு கட்டத்தில் இருவரும் ஒன்றாக வசித்திருக்க வேண்டும் என்பதும் எனக்குப் புரிந்தது. கடலை நோக்கிச் சென்று, அதன் ஓரமாக நடக்க ஆரம்பித்தோம். அவ்வப்போது போட்டி போட்டு வந்த சிறிய அலைகள் எங்கள் காலணிகளை நனைத்துச் சென்றன. நான் எதைப்

பற்றியும் யோசிக்கும் நிலையில் இல்லை. ஏனெனில், தொப்பி எதுவுமில்லாத என் தலை மீது இறங்கிய வெயிலின் தாக்கத்தால் பாதித் தூக்கத்தில் இருந்தேன்.

அப்போது மசோனிடம் ரெமோன் ஏதோ பேசினான். என் காதில் சரியாக விழவில்லை. ஆனால், அதே நேரம் வெகு தொலைவில், கடற்கரையின் அந்தக் கோடியில், நீலநிற மேலங்கி அணிந்த இரண்டு அரேபியர்கள் எங்களை நோக்கி வந்துகொண்டிருப்பதைக் கவனித்தேன். ரெமோனைப் பார்த்தேன். “அவனேதான்” என்றான். நாங்கள் தொடர்ந்து நடந்தோம். நம்மை இந்த இடம்வரை எப்படிப் பின்தொடர்ந்து வந்தார்கள் என்று மசோன் கேட்டான். நீச்சல் உடைக்கான பையுடன் நாங்கள் பேருந்தில் ஏறியதை ஒருவேளை அவர்கள் பார்த்திருக்கலாம் என்று நினைத்தேன். ஆனால், எதையும் அவனிடம் சொல்லவில்லை.

எங்களை நோக்கி மெதுவாக நடந்துவந்த அரேபியர்கள் இப்போது எங்களை நெருங்கிவிட்டார்கள். எவ்வித மாற்றமும் இல்லாமல் எங்கள் நடையைத் தொடர்ந்தோம். ரெமோன் எங்களிடம், “ஏதாவது தகராறு ஏற்பட்டால் மசோன், நீ அந்த இரண்டாவது நபரைச் சமாளி, என் ஆளை நான் பார்த்துக் கொள்கிறேன். வேறு யாராவது வந்தால் அவனை நீ கவனித்துக் கொள்” என்று சொல்லிவைத்தான். “சரி” என்றேன். தன் மேலங்கியின் பைகளுக்குள் கையை விட்டுக்கொண்டான் மசோன். வெயிலில் தகித்துக்கொண்டிருந்த சுடுமணல் இப்போது எனக்குச் செந்நிறமாகக் காட்சியளித்தது. நாங்களும் அரேபியர்களும் ஒரே வேகத்தில் நடந்துகொண்டிருக்க எங்களிடையே இருந்த இடைவெளியும் ஒரே அளவில் குறைந்துகொண்டு வந்தது. தொட்டுவிடும் தூரம் இன்னும் சில அடிகள்தான் என்ற நிலையில் அரேபியர்கள் நின்று விட்டார்கள். மசோனும் நானும் வேகத்தைக் குறைத்துக் கொண்டோம். ரெமோன் நேராக அவனுடைய ஆளை நோக்கி நடந்தான். இவன் என்ன சொன்னான் என்று எனக்குக் கேட்க வில்லை; ஆனால் அந்த நபர் ரெமோனை முட்டித் தள்ளுவதைப் போல் வந்தான். அப்போது ரெமோன் அவனுக்கு முதல் அடி கொடுத்துவிட்டு உடனே மசோனைக் கூப்பிட்டான். தனக்கு ஒதுக்கப்பட்டிருந்த நபரை நோக்கிச் சென்ற மசோன் பலம் கொண்டதுவரை இரண்டு முறை அவனை அடித்தான். அந்த நபர் அப்படியே தண்ணீரில் குப்புற விழுந்தான். சிறிது நேரம் அப்படியே விழுந்து கிடந்த அவன் தலையைச் சூழ்ந்து வந்த நீர்க் குமிழிகள் வெடித்தன. இதற்குள் ரெமோன் தன்னிடம் மோதியவனை அடிக்க, அடிபட்டவனின் முகத்தில் ரத்தம்

வழிந்தது. என் பக்கம் திரும்பிய ரெமோன், "இன்னும் அவன் என்னிடம் என்ன பாடுபடப்போகிறான் பார்" என்று சொல்ல நான், "அங்கே கவனி, அவன் கையில் கத்தி" என்று கத்தினேன். ஆனால் அதற்குள் ரெமோனின் கையைக் குத்தியதுடன் வாயையும் கத்தியால் கீறிவிட்டான்.

மசோன் ஓர் அடி முன்னே சென்று அந்த அரேபியனை நெருங்கினான். ஆனால், அதற்குள் எழுந்திருந்த அவன் கத்தி வைத்திருந்தவனின் பின்னால் போய் நின்றுகொண்டான். நாங்கள் அதற்கு மேல் நகர்வதற்குத் துணியாமல் நின்றிருந்தோம். கத்தியைக் காட்டி மிரட்டி, எங்களைத் தொடர்ந்து கண்காணித்தவாறே அவர்கள் மெல்லப் பின்வாங்கினர். போதுமான தூரம் வந்துவிட்டோம் என்று தெரிந்தவுடன் சட்டெனத் திரும்பி மிக வேகமாகத் தப்பி ஓடிவிட்டனர். கொதிக்கும் வெயிலில் அசைவின்றி நின்றிருந்த எங்களுடன் இருந்த ரெமோன் ரத்தம் வழியும் தன் கையை இறுக்கமாகப் பிடித்திருந்தான்.

ஞாயிற்றுக்கிழமைகளில் மேலே உள்ள குடில் ஒன்றில் பொழுதைக் கழிக்க வரும் மருத்துவர் ஒருவரைப் பற்றிய தகவலை மசோன் உடனடியாகத் தெரிவித்தான். அப்போதே அவரைப் பார்க்க விரும்பினான் ரெமோன். அவன் பேச வாய் திறக்கும்போதெல்லாம் காயத்திலிருந்து ரத்தம் குமிழ்களாக வெளியானது. அவனைத் தாங்கிப் பிடித்துக்கொண்ட நாங்கள், முடிந்த அளவு விரைவாகக் குடிலை அடைந்தோம். அதன்பிறகு, தனக்கு ஏற்பட்டுள்ள காயம் சாதாரணமானதுதான்; எனவே தானே மருத்துவர் வீட்டுக்குப் போய் வருவதாகக் கூறினான். அவனுடன் மசோன் மட்டும் போக, நான் வீட்டிலேயே தங்கிவிட்டேன். நடந்ததை அங்கிருந்த பெண்களிடம் விளக்கமாக விவரித்தேன். மசோனின் மனைவி அழ ஆரம்பித்துவிட்டாள். மரியின் முகம் பயத்தில் மிகவும் வெளிறியது. அவர்களிடம் அந்த விஷயத்தை விவரித்துச் சொல்ல எனக்கு விருப்பமில்லை. எனவே எதுவும் பேசாமல் கடலைப் பார்த்தபடி புகைத்துக்கொண்டிருந்தேன்.

பகல் 1.30 அளவில் ரெமோனும் மசோனும் திரும்பி வந்தனர். ரெமோனின் கையில் கட்டும், வாய் ஓரமாகப் பிளாஸ்திரியும் போடப்பட்டிருந்தன. பயப்பட ஒன்றுமில்லை என்று அவனிடம் மருத்துவர் சொல்லியிருந்தாலும் சோகமாகவே தெரிந்தான். மசோன் அவனைச் சிரிக்கவைக்கப் முயற்சித்தான். ஆனால், ரெமோன் எதுவும் பேசவில்லை. மீண்டும் கடற்கரைக்குப் போகப் போவதாக அவன் கூறினான். "கடற்கரையில் எந்த இடத்துக்குப் போகிறாய்" என்று கேட்டேன்.

“நாங்களும் உடன் வருகிறோம்” என்று மசோனும் நானும் சொன்னோம். இதைக் கேட்ட ரெமோன் கோபமடைந்து எங்களைத் திட்டினான். அவன் போக்குக்கு விட்டு விடலாம் என்று மசோன் சொன்னபோதும் நான் அவனைத் தொடர்ந்து சென்றேன்.

கடற்கரையோரம் நீண்ட நேரம் நடந்துகொண்டிருந்தோம். இப்பொழுது சூரியன் முழு வீச்சில் வெப்பத்தை உமிழ்ந்து கொண்டிருந்தது. மணல்மீதும் கடல்மீதும் சூரியத் துண்டுகள் சிதறியதைப் போல் இருந்தது. போகுமிடம் தெரிந்தே ரெமோன் நடந்துகொண்டிருப்பதாக நினைக்கத் தோன்றியது. ஆனால், நிச்சயமாக அப்படி இல்லை. கடற்கரையின் கோடியில், பெரிய பாறை ஒன்றின் பின்னாலிருந்து மணலின் மீது கொட்டிக்கொண்டிருந்த நீரூற்றின் அருகில் வந்துசேர்ந்தோம். அங்கு அந்த இரண்டு அரேபியர்களும் இருப்பதைப் பார்த்தோம். பிசுபிசுக்கும் நீலநிற மேலங்கியுடன் அவர்கள் படுத்திருந்தனர் அவர்கள் முகத்தில் முழு அமைதியும் கிட்டத்தட்ட மன நிறைவும் தெரிந்தன. நாங்கள் அங்கு வந்தது அவர்களிடம் எவ்விதச் சலனத்தையும் ஏற்படுத்தவில்லை. ரெமோனை அடித்தவன் மௌனமாக அவனைப் பார்த்துக் கொண்டிருந்தான். பக்கத்தில் இருந்தவன் சிறிய குழல் கொண்டு தன்னால் முடிந்த மூன்று இசைக் குறிப்புகளை எங்களை ஓரக்கண்ணால் நோட்டமிட்டவாறு திருப்பித் திருப்பி வாசித்துக்கொண்டிருந்தான்.

அந்தக் குறிப்பிட்ட நேரத்தில், வெயில், அமைதி, நீரூற்றின் மெல்லிய ஓசை, அந்த மூன்று இசைக்குறிப்புகள் ஆகியவை மட்டுமே அங்கு உலவின. அதன்பின், துப்பாக்கி வைத்திருந்த தன் சட்டைப் பைககுள் ரெமோன் கையை விட்டான். ஆனால், அந்த அரேபியனோ நகராமல் நிற்க இருவரும் ஒருவரை யொருவர் பார்த்தபடி இருந்தனர். குழல் ஊதியவனின் கால் விரல்களுக்கு இடையில் அதிக இடைவெளி இருந்ததைக் கவனித்தேன். ரெமோன் தன் எதிரியைத் தொடர்ந்து பார்த்த படியே, “அவன் கதையை முடித்துவிடவா?” என்று கேட்டான். வேண்டாம் என்று சொன்னால், ஆத்திரமடைந்து நிச்சயமாக அவனாகவே சுட்டுத் தள்ளிவிடுவான் என்பதால், “உன்னிடம் அவன் இன்னும் பேசவேயில்லை. இந்த நிலையில் அவனைச் சுடுவது கோழைத்தனம்” என்று மட்டும் சொல்லிவைத்தேன். அமைதிக்கும் வெப்பத்துக்கும் இடையில் தண்ணீரின் மெல்லிய சப்தமும் குழலின் ஓசையும் இன்னமும் காதில் விழுந்தன. அப்போது, என்னைப் பார்த்து ரெமோன், “சரி, அப்படி என்றால் அவனைத் திட்டிப் பார்க்கிறேன். ஏதாவது

சொல்வான். அப்போது அவனைத் தீர்த்துவிடுகிறேன்" என்று தன் திட்டத்தைத் தெரிவித்தான். "அதேதான். ஆனால், அவன் கத்தியை வெளியில் எடுக்கவில்லை என்றால் நீ சுடச் கூடாது." ரெமோன் மறுபடியும் உணர்ச்சிவசப்பட ஆரம்பித்தான். அந்த அரேபியன் தொடர்ந்து குழல் ஊதிக்கொண்டிருந்தான். இருவரும் ரெமோனின் அசைவுகளை உன்னிப்பாகக் கவனித்துக்கொண்டிருந்தனர். நான் உடனே ரெமோனிடம், "வேண்டாம். நீ அவனை நேருக்கு நேராக எதிர்கொள். துப்பாக்கியை என்னிடம் கொடு. அடுத்தவன் சண்டைக்கு வந்தாலோ கத்தியை எடுத்தாலோ அவனை நான் சுட்டு விடுகிறேன்" என்று கூறினேன்.

ரெமோன் துப்பாக்கியை என்னிடம் தந்தபோது வெயிலில் அது பளபளப்பாக இருந்தது. எனினும், எங்களைச் சுற்றி அனைத்தும் சூழ்ந்துகொண்டதைப் போல் அசைவற்று அங்கேயே நின்றுகொண்டிருந்தோம். கண் இமைக்காமல் ஒருவரையொருவர் பார்த்தபடி நின்றிருந்தோம். அங்கிருந்த கடல், மணல், சூரியன் ஆகியவற்றுடன் குடில், தண்ணீர் ஆகியவற்றின் மௌனம், இவற்றுக்கிடையே அனைத்தும் ஸ்தம்பித்துவிட்டதைப் போல் இருந்தது. அப்போதுதான் ஒன்று சுடலாம் அல்லது சுடாமல் இருக்கலாம் என்று தோன்றியது. திடீரென அந்த அரேபியர்கள் பாறைகளுக்குப் பின்பாகப் போய்விட்டனர். எனவே ரெமோனும் நானும் வந்த வழியே திரும்பி நடக்க ஆரம்பித்தோம். இப்போது பதற்றம் சற்றுத் தணிந்தவனாய் அவன் இருந்தான். ஊருக்குத் திரும்பிச் செல்ல வேண்டிய பேருந்து குறித்தும் பேசினான்.

நாங்கள் தங்கியிருந்த குடில்வரை அவனுடன் போனேன். மரப் படிக்கட்டுகளில் அவன் ஏறிச் செல்ல நான் முதல் படி அருகிலேயே நின்றுவிட்டேன். வெயிலில் நடந்து வந்ததில் தலை கிறுகிறுத்தது. படிக்கட்டுகளில் ஏறிச் செல்ல வேண்டும்; அந்தப் பெண்களை மீண்டும் சமாளிக்க வேண்டும் என்பதும் மனதைச் சோர்வடையச் செய்தன. அதே நேரம், வானத்தி லிருந்து இறங்கிக்கொண்டிருந்த அக்னிப் பொழிவால் உண்டான வெப்பத்தைத் தாங்கிக்கொண்டு இங்கேயே அசையாமல் நிற்பதென்பதும் இயலாத காரியம். ஆகவே, இங்கேயே நிற்பதும் புறப்பட்டு வெளியில் செல்வதும் ஒன்று தான். சிறிது நேரம் கழித்துக் கடற்கரையை நோக்கி நடக்க ஆரம்பித்தேன்.

இன்னமும் கண்களைக் கூசவைக்கும் சிவப்புச் சூரியனின் தாக்கம். மணல்மீது வந்து மோதிச் சிதறும் சிற்றலைகளுடன் சுவாசிக்கத் திணறிக்கொண்டிருந்தது கடல். பாறைகளை நோக்கி

மெல்ல நடந்துசென்ற எனக்கு வெயிலில் தலை வெடித்து விடுவதைப் போல் இருந்தது. இத்தனை வெப்பமும் என்னை அழுத்தியதோடு முன்னேறிச் செல்லவும் தடை போட்டது. என் முகத்தின் மீது அனல் காற்றை உணரும்போது என் பற்களைக் கடித்துக்கொண்டதுடன் என் முட்டியை இறுக்கிக்கொண்டு கால்சட்டைப் பைக்குள் வைத்துக்கொண்டேன். வெயிலையும் அதனால் உண்டான மயக்க நிலையையும் சமாளித்து விடுபட உடலை இறுக்கமாக வைத்துக்கொண்டேன். அங்கிருந்த மணலில் இருந்த கிளிஞ்சல் ஓடு அல்லது உடைந்த கண்ணாடிச் சில்லில் இருந்து பாய்ந்தெழும் ஒளிக்கதிர்கள் ஈட்டிகளாய்த் தாக்கும் ஒவ்வொரு முறையும் என் தாடைகள் இறுகிவிடும். நீண்ட நேரம் நடந்தபடி இருந்தேன்.

சிறிய கரும்பாறைகள் தூரத்திலிருந்தே தெரிந்தன. அவற்றைச் சுற்றிக் கடற்பகுதியின் தூசும் வெளிச்சமும் சேர்ந்து கண்களைக் கூசச் செய்யும் ஒளிவட்டம் ஒன்றை உண்டாக்கி யிருந்தது. பாறைகளுக்கு பின்பாக இருந்த அந்தக் குளிர்ந்த நீரூற்றை நினைத்துக்கொண்டேன். முணுமுணுக்கும் நீரின் ஓசையை மீண்டும் ஒருமுறை கேட்க வேண்டும்போல் இருந்தது. அதன்மூலம் இந்த வெயில், களைப்பு, பெண்களின் அழுகை ஆகியவற்றிலிருந்து விடுபட்டு மீண்டும் நிழலில் இளைப்பாற முடியும். ஆனால், அந்த இடத்தை நெருங்கியபோது ரெமோனிடம் சண்டை போட்டவன் மீண்டும் அங்கு திரும்பி யிருப்பதைப் பார்த்தேன்.

ஆள் தனியாகத்தான் இருந்தான். கைகளைத் தலைக்குப் பின் வைத்து மல்லாந்து படுத்திருந்தான். நெற்றிப் பகுதி மட்டும் பாறையின் நிழலில் இருந்தது; உடலின் மீதிப் பாகங்கள்மீது வெயில் அடித்தது. அவனது நீல நிற மேலங்கி வெயிலில் கொதித்துக்கொண்டிருப்பதைப் போல் இருந்தது. ஒருவகையில் எனக்கு ஆச்சரியமாக இருந்தது. ஏனெனில், என்னைப் பொறுத்த வரை, அவனுடனான சண்டை முடிந்துபோன கதை மட்டுமல்ல. அங்கு போனபோது அதைப்பற்றி நினைக்கக்கூட இல்லை.

என்னைப் பார்த்தவுடன் சற்றே நிமிர்ந்த அவன் தன் சட்டைப்பைக்குள் கைவிட்டான். நானும் இயல்பாக என் கோட்டில் இருந்த கைத்துப்பாக்கியைப் பிடித்துக் கொண்டேன். அப்போது, மீண்டும் பின் வாங்கினான். ஆனால், கையை மட்டும் சட்டைப் பையிலிருந்து எடுக்கவில்லை. அவனிடமிருந்து நான் ஓரளவு தொலைவில்தான் இருந்தேன். 10 மீட்டர் அளவுக்கு இடைவெளி இருந்தது. பாதி மூடியிருந்த அவன் கண்களின் வழியாக அவன் பார்வையில் ஏற்படும் மாற்றங்களை அவ்வப்போது ஊகித்தேன். ஆனால், அந்த

அனல் காற்றில் அவனது உருவம் அடிக்கடி என் முன் அசைந்துகொண்டிருந்தது. நண்பகலில் இருந்ததைவிட இப்போது அலைகளின் ஓசை மிகவும் சோர்ந்துபோய் அடங்கி யிருந்தது. ஆனால், அதே வெயில், அதே மணற்பரப்பில் அதே வெளிச்சம் இந்த இடம்வரை நீடித்திருந்தது. அதற்குள் மணி இரண்டு ஆகியிருக்க பகல்பொழுது நகராமல் ஸ்தம்பித்து நின்றிருந்தது. காய்ச்சிய உலோகக் கடல் ஒன்றில் இரண்டு மணிநேரமாக நங்கூரமிட்டிருந்தது காலம். கடலின் கோடியில் சிறிய கப்பல் ஒன்று போவது ஊகமான கருப்புப் புள்ளியாக என் பார்வைக்குள் சிக்கியது. ஏனெனில், அந்த அரேபியனைத் தொடர்ந்து கவனித்து வந்தேன்.

வந்த வழியே திரும்பிவிட்டால் போதும். பிரச்சினை அத்துடன் முடிந்துவிடும் என்று நினைத்தேன். ஆனால், சூரியன் தகிக்கும் கடற்கரை முழுவதுமாகச் சேர்ந்து என்னை முன்னுக்குத் தள்ளியது. நீரோடையை நோக்கிச் சில அடிகள் எடுத்து வைத்தேன். அந்த அரேபியன் அசையாமல் அப்படியே நின்றிருந்தான். எப்படிப் பார்த்தாலும் அவன் தூரத்தில்தான் இருந்தான். அவன் சிரிப்பதுபோல் தெரிந்தது. அவனது முகம்மீது விழுந்த நிழல் காரணமாக இருக்கலாம். நான் ஒன்றும் செய்யவில்லை. அந்த வெயிலால் உண்டான சூடு என் கன்னங்களில் குவிந்துகொண்டிருந்தது. என் புருவங்களில் வியர்வைத் துளிகள் சேர ஆரம்பித்ததை உணர முடிந்தது. என் அம்மாவை அடக்கம் செய்த நாள் அன்று காய்ந்த அதே வெயில். அதேபோல் நெற்றியில் வலி; தோலுக்குள் உள்ள ரத்தநாளங்கள் ஒன்றுசேர்ந்து துடித்தபடி இருந்தன. இனியும் தாக்குப்பிடிக்க முடியாத இந்த வெப்பத்தின் காரணமாக ஓர் அடி எடுத்துவைத்தேன். முன்னே ஒரு அடி எடுத்துவைப்பதால் வெயிலிலிருந்து தப்பிவிட முடியும் என்பது மடத்தனம் என்று எனக்கும் தெரியும். எனினும், ஓர் அடி எடுத்து வைத்தேன். ஒரே ஒரு அடிதான். இந்தமுறை எழுந்திருக்காமல், அந்த அரேபியன் தன் கத்தியை வெளியில் எடுத்து வெயிலில் என் முன் நீட்டினான். கத்தியின் மீது பட்டுப் பிரதிபலித்த ஒளி, மின்னும் நீளமான ஈட்டி ஒன்று என் நெற்றியைப் பதம்பார்க்க வருவதைப் போல் இருந்தது. அதே நேரத்தில், புருவத்தில் சேர்ந்திருந்த வியர்வைத் துளிகள் திடீரென என் இமைகள் மீது வழிந்தோடி வெதுவெதுப்பான கனத்த திரை போட்டன. கண்ணீரும் உப்பும் கலந்த இந்தத் திரையால் என் பார்வை மங்கியது. இப்போது நான் உணர்ந்தது என் நெற்றியைத் தாக்கும் சூரியனின் வெப்பக்கதிர்களை மட்டுமே. சற்றுத் தெளிவற்ற நிலையில் என்முன் நீட்டப்பட்டிருந்த கத்தியில்

பட்டு மின்னிய ஒளியையும் உணர முடிந்தது. அக்னிப் பிழம்பா யிருந்த அக்கத்தியின் ஒளி என் புருவங்களைப் பொசுக்கி வலி மிகுந்த என் கண்களுக்குள் ஊடுருவியது. அந்த நேரத்தில் தான் அனைத்தும் ஆட்டம் காண ஆரம்பித்தது. கடலிலிருந்து எழும்பிய கனமான காற்று பலமாக வீசியது. வான்வெளி முழுவதுமாகப் பிளந்து நெருப்பாய்ப் பொழிவது போல் தோன்றியது. என் உடல் அப்படியே விறைக்க என் கைத் துப்பாக்கியின் மீது பிடி இறுகியது. துப்பாக்கி விசை விரலுக்குப் பணிந்தது. அதன் மென்மையான அடிப்பகுதியினைத் தொட்டு விட்டேன். அந்த நேரத்தில் வெளியான காதடைக்கும் தெளிவான சத்தத்தில்தான் அனைத்தும் ஆரம்பமாயின. வியர்வையிலிருந்தும் வெயிலிலிருந்தும் விடுபட்டேன். நான் சந்தோஷமாக இருந்த அக்கடற்கரையின் அசாதாரணமான அமைதியையும் அந்த நாளின் இனிமையையும் சிதைத்து விட்டேன் என்பதை உணர்ந்துகொண்டேன். அசைவற்றுக் கிடந்த உடலின் மீது மேலும் நான்கு முறை சுட்டேன். சுவடேதும் தெரியாதவாறு தோட்டாக்கள் அந்த உடலுக்குள் புதைந்து போயின. துயரத்தின் வாசற் கதவை நான் நான்கு முறை வேகமாகத் தட்டியதைப் போல் இருந்தது.

○

பகுதி II

1

நான் கைதானவுடன் என்னைப் பலமுறை விசாரணை செய்தனர். அவை முழுக்க நான் யார், எந்த ஊர் போன்ற அடையாளம்குறித்த விஷயங்கள் மட்டுமே. எனவே, அதிக நேரம் ஆகவில்லை. முதல் முறை சென்றபோது, காவல் நிலையத்தில் என் வழக்கின் மீது யாருக்கும் அதிக அக்கறை இருப்பதைப் போல் தெரியவில்லை. இதற்கு மாறாக, ஒரு வாரத்திற்குப் பிறகு, என்னை விசாரித்த நீதிபதியின் பார்வையில் ஒருவிதமான ஆர்வம் தெரிந்தது. விசாரணையை ஆரம்பித்து வைக்க, என் பெயர், முகவரி, நான் பார்க்கும் வேலை, பிறந்த நாள், இடம் ஆகிய விபரங்களை மட்டும் கேட்டுவைத்தார். அதன் பின், எனக்காக வாதாட வழக்குரைஞரை முடிவு செய்துவிட்டேனா என்று கேட்டார். இன்னும் இல்லை என்ற நான், அப்படி ஒருவர் உண்மையிலேயே அவசியமா என்று தெரிந்துகொள்ள விரும்பினேன். “ஏன் கேட்கிறீர்கள்” என்று கேட்டார். “என் வழக்கில் எந்தச் சிக்கலும் இருப்பதாகத் தெரியவில்லையே” என்றேன். அவர் சிரித்தபடியே, “நான் சொல்வது ஒரு யோசனைதான். எப்படிப் பார்த்தாலும் சட்டம் என ஒன்று இருக்கிறது நீங்களாகவே ஒரு வழக்குரைஞரை ஏற்பாடு செய்துகொள்ளா விட்டால் நாங்கள் ஒருவரை நியமனம் செய்வோம்.” இதுபோன்ற விஷயங்களை நீதிமன்றமே பொறுப்பேற்றுக்கொள்வது மிகவும் வசதியான தாகக் கருதினேன். என் கருத்தை அவருக்கும் தெரியப்படுத்தினேன். உண்மைதான் என்ற அவர்

சட்டங்கள் முறையாகவே இயற்றப்பட்டுள்ளன என்று கூறி முடித்தார்.

ஆரம்பத்தில் நான் அவரை அவ்வளவாகப் பொருட்படுத்தவில்லை. திரைச்சீலைகள் தொங்கிக்கொண்டிருந்த அறைக்குள் அவர் என்னை விசாரித்தார். அவரது அலுவலகத்தில் இருந்த ஒற்றை விளக்கின் ஒளி நாற்காலி ஒன்றின் மீது படர்ந்தது. அதில் என்னை உட்காரச் சொல்லிவிட்டு இருட்டில் நின்று கொண்டார். இத்தகைய வர்ணனைகளை நான் புத்தகங்களில் வாசித்திருக்கிறேன். எனவே, இவை அனைத்தும் எனக்கு விளையாட்டாகவே இருந்தன. மாறாக, விசாரணை முடிந்தபின் அவரைப் பார்த்தேன். கச்சிதமான உடலமைப்பு, உள்ளடங்கிய நீல நிறக்கண்கள், பெரிய உருவம், நரைத்த நீளமான மீசை, ஏறக்குறைய நரைத்திருந்த அடர்த்தியான முடி. என்னைப் பொறுத்தவரை மிகவும் நியாயமானவராகத் தெரிந்தார். அவரது வாய் சில நேரங்களில் கோணியது. ஒட்டுமொத்தமாகப் பார்த்தால் அவர் அன்பானவராகவே தெரிந்தார். அறையை விட்டு வெளியே புறப்படும் முன் அவருடன் கைக்குலுக்கக் கூடப் பார்த்தேன். ஆனால், நான் ஒரு மனிதனைக் கொன்றவன் என்பது சட்டென நினைவுக்கு வந்தது.

அடுத்த நாள், சிறைச்சாலையில் இருந்த என்னைப் பார்க்க வழக்குரைஞர் ஒருவர் வந்தார். ஓரளவு இளைஞராக இருந்த அவர் கவனமாக வாரிவிடப்பட்ட தலைமுடியுடன் புஷ்டியாக இருந்தார். சிறிய உருவம். அந்த நல்ல வெயிலிலும் (நான் முழுக்கை சட்டை அணிந்திருந்தேன்) கருப்பு நிறக் கோட் அணிந்திருந்தார். விறைப்பான காலர்; பெரிய அளவிலான கருப்பு வெள்ளைக் கட்டம் போட்ட வினோதமான கழுத்துப்பட்டி; கையில் இருந்தப் பெட்டியை என் கட்டில்மீது வைத்த அவர் தன்னை அறிமுகம் செய்துகொண்டார். என் வழக்குக் கோப்புகளை நன்றாகப் படித்துவிட்டதாகக் கூறிய அவர், இது மிகவும் கவனமாக அணுக வேண்டிய வழக்கு என்றார். எனினும், அவர்மீது நான் முழு நம்பிக்கை வைத்தால் வழக்கில் நிச்சயம் வெற்றி கிடைக்கும் என்று தெரிவித்தார். நான் அவருக்கு நன்றி கூறியபோது, "இருக்கட்டும். நேரடியாக விஷயத்துக்கு வருவோம்" என்றார்.

என் கட்டில் மீது அமர்ந்துகொண்ட அவர், என் தனிப்பட்ட வாழ்க்கை குறித்த தகவல்கள் அனைத்தையும் சேகரித்திருந்த விசாரணை அதிகாரிகளுக்கு என் அம்மா அண்மையில் முதியோர் இல்லத்தில் இறந்த செய்தியும் தெரியும் என்றார். எனவே மரேங்கோவுக்குச் சென்று விசாரணை செய்துள்ளார்கள். அம்மாவை அடக்கம்செய்த அன்று நான்

எவ்வித "உணர்ச்சியையும் வெளிக்காட்டிக்கொள்ளாமல்" இருந்ததைத் தெரிந்துகொண்டார்கள். "ஒன்றைப் புரிந்து கொள்ளுங்கள். இதைப்பற்றி உங்களிடம் கேட்பதற்குச் சங்கடமாகத்தான் இருக்கிறது. இருந்தாலும் இது மிகவும் முக்கியமானது. இதனை மறுக்க என்னிடம் எந்தப் பதிலும் இல்லை என்றால் குற்றஞ்சாட்டுபவர்களுக்கு அது அழுத்தமான சாதகமாக அமைந்துவிடும். ஆகவே, நீங்கள் எனக்கு உதவ வேண்டும்" என்றார். அம்மாவின் அடக்கம் நடந்த நாளில் சோகத்தை உணர்ந்தீர்களா என்று கேட்டார். இந்தக் கேள்வி என்னை ஆச்சரியத்தில் ஆழ்த்தியது. இதே கேள்வியை நான் யாரையாவது கேட்க வேண்டியிருந்தால் நிச்சயம் சங்கடப் பட்டிருப்பேன் என்று தோன்றியது. இருந்தாலும், தன்னைத் தானே ஆராய்ந்துகொள்ளும் பழக்கத்தை விட்டு நாளாவதால் அந்தக் கேள்விக்கு பதில் சொல்வது கடினம் என்றேன். எப்படியும் அம்மாவின் மீது அதிக அன்பு இருந்தது என்பதில் சந்தேகமில்லை. ஆனால், அதில் குறிப்பிட்டுச் சொல்வதற்குப் பெரிதாக எதுவுமில்லை. நல்ல மனநிலையில் உள்ள மனிதர்கள், ஏதாவது ஒரு கட்டத்தில் தம் நேசத்துக்கு உரியவர்களின் மரணத்தை வேண்டியிருப்பார்கள். இந்த இடத்தில் என்னை இடைமறித்த வழக்குரைஞரின் முகத்தில் கடும் அதிருப்தி தெரிந்தது. நீதிமன்ற விசாரணையின் போதோ விசாரணை நீதிபதியிடமோ இதைக் கூற மாட்டேன் என்று என்னை உறுதியேற்கச் செய்தார். எனினும், என் உடல் சார் தேவைகள் என் உணர்வுகளைப் பாதித்துவிடும் எனது இயல்பைப் பற்றி அவரிடம் விவரித்தேன். அம்மாவை அடக்கம் செய்த நாளில் நான் மிகவும் சோர்வுற்றிருந்ததோடு தூக்கமும் சொக்கியது. அத்தகைய நிலையில் என்ன நடந்துகொண்டிருந்தது என்பதே உண்மையில் எனக்குத் தெரியாது. ஒன்றை மட்டும் என்னால் உறுதியாகக் கூற முடியும். அம்மா இறக்காமல் இருந்தால் எனக்கு நன்றாக இருந்திருக்கும். ஆனால் என் பதிலில் வழக்குரைஞருக்குத் திருப்தியில்லை என்பதை அவர் முகம் காட்டியது. "இது போதாது" என்பதை மட்டும் தெரிவித்தார்.

அவர் யோசித்துப் பார்த்தார். பிறகு என்னிடம், அம்மாவை அடக்கம் செய்த அன்று என் இயல்பான உணர்ச்சிகளைக் கட்டுப்பாட்டுக்குள் வைத்திருந்ததாக எடுத்துக்கொள்ள முடியுமா என்று கேட்டார். "முடியாது. ஏன் என்றால் அப்படி இல்லை" என்று சொன்னேன். அவரை நான் சற்றே வெறுப்படையச் செய்துவிட்டதைப் போல் என்னை ஒரு மாதிரியாகப் பார்த்தார். எப்படியும் முதியோர் இல்ல நிர்வாகியும் ஊழியர்களும் சாட்சிகளாக விசாரிக்கப் படுவார்கள் என்ற அவர், 'அது என்வாதத்திற்கு எதிராக

மோசமான விளைவுகளை ஏற்படுத்திவிடும்” என்று சற்றே ஏளனமாக கூறினார். குறிப்பிட்ட அந்த சம்பவத்துக்கும் இப்போதைய என் வழக்குக்கும் எந்தவிதமான தொடர்பும் இல்லை என்பதை அவருக்குச் சுட்டிக்காட்டினேன். இதைக் கேட்ட அவர், சட்ட விதிகளுடன் எக்காலத்திலும் தொடர்பு இல்லாமல் தான் நீங்கள் இருந்து வந்திருக்கிறீர்கள் என்பது தெளிவாகத் தெரிகிறது என்று மட்டும் சொல்லிவைத்தார்.

கோபத்துடன் அவர் அங்கிருந்து வெளியே சென்றார். அவரை இன்னும் சிறிது நேரம் இருக்கச் செய்திருக்கலாமோ என்று நினைத்தேன். அவரது பரிவை நான் விரும்புகிறேன் ஏன்று விளக்கியிருக்கலாம். எனக்காகச் சிறப்பான முறையில் வாதாட வேண்டும் என்பதற்காக அல்ல. என்னைக் கேட்டால் அந்தப் பரிவு இயல்பான முறையில் இருக்க வேண்டும். நான் தான் அவரை அதிக சங்கடத்துக்குள் ஆழ்த்தினேன் என்பதை உணர்ந்தேன். என்னை அவர் புரிந்துகொள்ளவில்லை என்பதுடன் எல்லாவற்றுக்கும் நான் தான் காரணம் என்பது போல் என் மீதே பழி சுமத்தினார். நிச்சயமாக நானும் எல்லோரையும் போன்றவன் தான் என்பதை உறுதியாகத் தெரிவிக்கும் ஆசை எனக்கு இருந்தது. ஆனால், இவற்றுக் கெல்லாம் அடிப்படையில் பெரிதாக எந்தப் பலனும் இல்லை. அத்துடன், சோம்பல் காரணமாக அந்த முயற்சியையும் நான் கைவிட்டேன்.

சிறிது நேரமானதும் மீண்டும் என்னை விசாரணை நீதிபதியிடம் அழைத்துச் சென்றனர். அப்போது பகல் இரண்டு மணி. இம்முறை அவரது அறையில் நல்ல வெளிச்சம். ஒரு மெல்லியத் திரை மட்டும் தொங்கிக்கொண்டிருந்தது. அறையின் உள்ளே அதிக வெப்பமாக இருந்தது. என்னை உட்காரச் சொன்ன நீதிபதி, ‘எதிர்பாராத காரணத்தால்’ என் வழக்குரைஞர் வர முடியவில்லை என்ற தகவலை மிகுந்த பண்புடன் தெரிவித்தார். என் வழக்குரைஞர் வரும்வரை கேள்விகளுக்கு பதில் அளிக்காமல் இருக்க எனக்கு உரிமை இருப்பதாகவும் குறிப்பிட்டார். அவர் இல்லாமலேயே பதில் கூற முடியும் என்றேன். உடனே மேசை மீதிருந்த பொத்தான் ஒன்றை அழுத்தினார். நீதிமன்ற இளம் எழுத்தர் ஒருவர் கிட்டதட்ட என் முதுகை உரசியபடி எனது பின்புறம் வந்து நின்றார்.

நாங்கள் இருவரும் எங்களுக்கான நாற்காலிகளில் வசதியாக உட்கார்ந்துகொண்டோம். விசாரணை ஆரம்பித்தது. “உங்கள் இயல்பைக் குறித்து விவரிக்கும்போது, குறைவாகப் பேசுபவர், எல்லாவற்றையும் தனக்குள் மூடி வைப்பவர் என்று பேசிக்கொள்கிறார்களே, இந்தக் கருத்துக் குறித்து என்ன

நினைக்கிறீர்கள் என்று தெரிந்துகொள்ளலாமா?" என்று கேட்டார். "பேசுவதற்கு எப்போதும் என்னிடம் பெரிதாக எதுவுமில்லை. அதனால் பேசாமல் இருக்கிறேன்." முதல் முறை விசாரணையின்போது சிரித்ததைப் போலவே சிரித்துவிட்டு, "இது தான் மிகச் சரியான காரணம்" என்றார். "மேலும் அது அவ்வளவு முக்கியமானதும் அல்ல" என்று சொன்னார். சிறிது நேரம் எதுவும் பேசாமல் என்னைப் பார்த்துக்கொண்டிருந்தார். பிறகு, சட்டென நிமிர்ந்தவர், "என் ஆர்வமெல்லாம் உங்கள் மீதுதான்" என்றார். என்ன சொல்ல வந்தார் என்று புரியவில்லை என்பதால் பேசாமல் இருந்தேன். "உங்கள் சில விஷயங்கள் எனக்குத் தெளிவாகப் புரியவில்லை. அவற்றைப் புரிந்துகொள்ள எனக்கு உதவி செய்வீர்கள் என்ற நம்பிக்கை எனக்கு இருக்கிறது" என்று கூறினார். அனைத்தும் மிகத் தெளிவாகத்தான் இருக்கின்றன என்று கூறினேன். அந்தத் துரதிஷ்டமான சம்பவம் நடந்த நாளை விவரிக்கும்படிச் சொன்னார். அவரிடம் ஏற்கெனவே விவரித்திருந்த சம்பவங்களை மீண்டும் ஒரு முறை விவரமாகச் சொன்னேன். அதாவது ரெமோன், கடற்கரை, குளியல், சண்டை, மீண்டும் கடற்கரை, சிறிய நீரூற்று, வெயில், துப்பாக்கியிலிருந்து வெளியேறிய ஐந்து தோட்டாக்கள். ஒவ்வொரு வாக்கியத்தையும் நான் கூறி முடித்தபோது. "சரி. . . சரி" என்று சொல்லிக் கொண்டே வந்தார். 'அசைவற்று உடல் கீழே கிடந்தது' என்ற கட்டம் வந்ததும், "நல்லது" என்றார். எனக்கோ ஒரே சம்பவத்தை திரும்பத் திரும்ப விவரிப்பது அலுப்பாக இருந்தது. இதற்கு முன் இந்த அளவு நான் எப்போதும் பேசியதாகத் தெரியவில்லை.

சிறிது நேர மௌனத்துக்குப் பின் எழுந்து நின்ற அவர், எனக்கு உதவ விரும்புவதாகவும் என்னை அவருக்குப் பிடித்திருப்பதாகவும் கூறினார். இறைவனின் துணையுடன் எனக்கு ஏதாவது செய்ய முடியும் என்று நம்பிக்கை தெரிவித்தார். ஆனால், அதற்கு முன்பாக என்னிடம் சில கேள்விகளைக் கேட்க விரும்பினார். சுற்றி வளைக்காமல், "அம்மாவை நேசித்தீர்களா?" என்று கேட்டார். "ஆமாம். எல்லோரையும்போல்தான் நானும் நேசித்தேன்" என்றேன். விசாரணையைப் பதிவுசெய்துவந்த எழுத்தர் அதுவரை ஒரே சீராகத் தட்டச்சு செய்துகொண்டிருந்தாலும் அந்த இடத்தில் நிறுத்தினார். தவறான பொத்தானைத் தட்டியிருக்க வேண்டும். ஏனெனில், மீண்டும் முந்தைய வாக்கியத்தைத் தட்டச்சு செய்தார். மறுபடியும் எவ்விதத் தெளிவான காரணமும் இல்லாமல், ஐந்து தோட்டாக்களையும் ஒரே நேரத்தில் தொடர்ச்சியாகச் சுட்டேனா என்று கேட்டார். நான் யோசித்துவிட்டு, முதலில் ஒருமுறை சுட்டதாகவும் சில வினாடிகளுக்குப்

பிறகு அடுத்த நான்கு தோட்டாக்களையும் சுட்டேன் என்றும் குறிப்பிட்டுச் சொன்னேன். "முதலாவது தோட்டாவுக்கும் இரண்டாவது தோட்டாவுக்கும் இடையில் எதற்காக இடைவெளி விட்டீர்கள்?" என்று கேட்டார். மீண்டும் ஒரு முறை சிவந்திருந்த கடற்கரை என் முன் தோன்றியதுடன், நெற்றியில் வெயில் கொளுத்துவதையும் உணர முடிந்தது. ஆனால், இம்முறை நான் எதுவும் பேசவில்லை. இதனைத் தொடர்ந்த மௌனத்தின்போது நீதிபதியின் முகத்தில் பரபரப்பு தெரிந்தது. உட்கார்ந்த அவர் தலைமுடியைக் கோதிப் படிய வைத்தார். தன் முட்டியை மேசைமீது வைத்தபடி என் பக்கம் சற்றே குனிந்து, ஒரு மாதிரியாக என்னைப் பார்த்தார். "கீழே விழுந்து விட்ட உடலின் மீது எதற்காகச் சுட்டீர்கள்? ஏன்?" அதற்கும் பதில் எதுவும் எனக்குச் சொல்லத் தெரியவில்லை. நெற்றியின் மீது கைகளை வைத்தபடி சற்றே வித்தியாசமான தொனியில் அதே கேள்வியை மறுபடியும் கேட்டார். "ஏன் அப்படிச் செய்தீர்கள்? அதை எனக்கு நீங்கள் சொல்லியாக வேண்டும். என்ன காரணம்?" நான் தொடர்ந்து மௌனமாகவே இருந்தேன்.

சட்டென எழுந்த அவர் வேகமாகத் தன் அலுவலக அறையின் மறு கோடிக்குப் போனார்; கோப்பு அலமாரியின் இழுவைப் பெட்டியிலிருந்து வெள்ளிச் சிலுவையை எடுத்துக் கொண்டார். அதனை ஆட்டியபடி என்னை நோக்கி வந்தார். "இது என்ன என்று தெரிகிறதா?" என்று கத்தியபோது அவரது குரல் முற்றிலும் மாறியிருந்ததுடன் கிட்டத்தட்ட நடுக்கமும் தெரிந்தது. "தெரியுமே, இதில் சந்தேகமென்ன" என்றேன். உடனே ஒரு விதமான உணர்ச்சிப் பெருக்குடன் தனக்கு இறை நம்பிக்கை இருப்பதாகவும் இறைவனால்கூட மன்னிக்க முடியாத அளவு குற்றம் செய்தவனாக யாரும் இருக்க மாட்டார்கள் என்பது தன்னுடைய உறுதியான கருத்து என்றும் தெரிவித்தார். ஆனால், அத்தகைய மன்னிப்பைப் பெற குழந்தையைப் போல் திறந்த மனதுடன் எல்லாவற்றையும் ஏற்றுக்கொள்ளும் பக்குவம் அடைய வேண்டும் என்றும் சொன்னார். என் மேசைமீது கைவைத்து முழுமையாகக் குனிந்து நின்றிருந்தார். கிட்டத்தட்ட என் தலைக்கு மேலே சிலுவையை ஆட்டியபடி இருந்தார். உண்மையில் அவர் எடுத்து வைக்கும் நியாயத்தை நான் சரியாகக் கவனிக்க வில்லை. முதல் காரணம் எனக்குப் புழுக்கமாக இருந்தது. அடுத்ததாக, அவருடைய அறையில் இருந்த பெரிய ஈக்கள் என் முகத்தின் மீது வந்து உட்கார்ந்து தொந்திரவு கொடுத்தன. மேலும், அவரைப் பார்க்கவும் கொஞ்சம் பயமாக இருந்தது.

அதே சமயம் இது நகைப்புக்குரியது என்பதையும் உணர்ந்தேன். என்ன இருந்தாலும் நான்தானே குற்றவாளி. எனினும், அவர் தொடர்ந்து பேசிக்கொண்டிருந்தார். ஏறக்குறைய எனக்குப் புரிந்துவிட்டது. அவரைப் பொறுத்தவரை என் வாக்குமூலத்தில் ஒரே ஒரு இடம்தான் குழப்பமாக இருக்கிறது. இரண்டாவது தோட்டாவைச் சுடுவதற்கு அந்த இடைவெளி எதற்காக என்பது தான் கேள்வி. மற்றபடி அனைத்தும் சரியாக இருக்கின்றன. ஆனால், இந்த ஒரு விஷயம் அவருக்குப் பிடிபடவில்லை.

அந்த விஷயம் அவ்வளவு முக்கியத்துவம் வாய்ந்ததில்லை என்பதால் அதையே தொடர்ந்து பிடித்துக்கொண்டிருப்பது சரியில்லை என்று அவரிடம் சொல்ல வாயெடுத்தேன். ஆனால், என்னை இடைமறித்துவிட்டு முழுமையாக எழுந்து நின்றார். கடைசியாக ஒரு முறை என்னைப் பதில் சொல்லுமாறு கேள்வி ஒன்றைக் கேட்டார். எனக்குக் கடவுள் நம்பிக்கை இருக்கிறதா என்று கேட்டார். இல்லை என்றேன். வெறுப்புடன் உட்கார்ந்தார். அது சாத்தியமேயில்லை என்றும் கடவுளைப் பார்க்க விரும்பாதவர்கள் கூடக் கடவுளை நம்புகிறவர்கள் தான் என்று குறிப்பிட்டார். அப்படித்தான் தாம் உறுதியாக நம்புவதாகவும் அந்த நம்பிக்கையில் சந்தேகம் வந்துவிட்டால் தம் வாழ்க்கை அர்த்தமற்றதாகிவிடும் என்றும் கூறினார். "என் வாழ்க்கைக்கு அர்த்தமில்லாமல் போய்விட வேண்டும் என்பது உங்கள் ஆசையா?" என்று கேட்டார். என்னைப் பொறுத்தவரை அது என்ன ஆனாலும் அதைப் பற்றி எனக்குக் கவலையில்லை. இதையே அவரிடமும் தெரிவித்தேன். எனினும், மேசையின் முன் சிலுவையை என் கண்முன் குறுக்கே நீட்டி எவ்வித அர்த்தமும் இல்லாமல் உரக்கப் பேசினார். "நான் ஒரு கிறிஸ்தவன். நீ செய்த தவறுகளுக்காக ஆண்டவரிடம் மன்னிப்புக் கேட்கிறேன். உனக்காக இவர் வருந்தியிருக்கிறார் என்பதை எப்படி நீ நம்ப மறுக்கிறாய்?" அவர் திடீரென என்னை ஒருமையில் அழைக்க ஆரம்பித்திருப்பதைக் கவனித்தேன். ஆனால், என்னால் அதற்கு மேலும் தாக்குப்பிடிக்க முடியவில்லை. அறைக்குள் வெப்பத்தின் தாக்கமும் அதிகமாகிக்கொண்டே இருந்தது. எனக்குப் பிடிக்காததைப் பேசிக் கொண்டிருப்பவர் சொல்வதைச் சரியாகக் கவனிக்க மாட்டேன். அத்தகைய நபரிடமிருந்து தப்பிக்க அவர் கூறுவதை ஏற்றுக்கொள்வதைப் போல் முகத்தை வைத்துக்கொள்வது வழக்கம். இவரிடமும் அப்படியே நடந்துகொண்டேன். ஆனால், நான் ஆச்சரியப்படும் வகையில் அவர் "பார்த்தாயா? எனக்குத் தெரியும், நீ அவர் மீது நம்பிக்கை வைத்திருக்கிறாய் இல்லையா? அவரிடம் உன் பிரச்சினைகளை ஒப்படைக்கப்போகிறாய். அப்படித்தானே?"

என்று வெற்றிக் களிப்புடன் உணர்ச்சிவசப்பட்டார். தயக்கமின்றி மீண்டும் ஒரு முறை “இல்லை” என்றேன். அவர் மறுபடியும் நாற்காலியில் சலிப்புடன் உட்கார்ந்தார்.

அவர் மிகவும் களைத்துப்போயிருந்தார். சிறிது நேரம் எதுவும் பேசாமல் இருந்தார். அருகில் இருந்த தட்டச்சு எந்திரமோ எங்கள் உரையாடலைத் தொடர்ந்து கவனித்து, கடைசியாகக் கூறிய வாக்கியங்களை அடித்துக்கொண்டிருந்தது. பிறகு அவர் சற்றே சோகத்துடன் என்னை உற்றுப் பார்த்தார். “இவ்வளவு இறுகிப்போன மனம் கொண்டவனை நான் பார்த்ததேயில்லை. என் முன் வந்து அமரும் குற்றவாளிகள் யாரும் இதிலிருக்கும் துயரம் தோய்ந்த முகத்தைப் பார்த்ததும் அழுதுவிடுவார்கள்.” அவர்கள் குற்றவாளிகள் என்பதால் அப்படிச் செய்திருப்பது இயற்கைதானே என்று சொல்ல வாயெடுத்தேன். ஆனால், யோசித்துப்பார்த்ததில் நானும் அவர்களைப் போல்தானே என்று உணர்ந்தேன். அந்த எண்ணம் எனக்குள் படிய மறுத்தது. பிறகு நீதிபதி எழுந்து நின்றார். விசாரணை முடிந்தது என்பதை எனக்குத் தெரிவிப்பதைப் போல் இருந்தது. சற்றே சோர்ந்த முகத்துடன் என்னிடம் ஒரு விஷயத்தை மட்டும் கேட்டார். “நீ செய்த செயலுக்காக இப்போது வருந்துகிறாயா” என்று வினவினார். கொஞ்சம் நேரம் யோசித்துவிட்டு, உண்மையான வருத்தம் என்பதைவிட ஒருவிதச் சங்கடத்தை உணர்கிறேன் என்றேன். நான் கூறியது அவருக்குப் புரிந்ததைப் போல் தெரியவில்லை. ஆனால், அன்று விசாரணை இந்தக் கட்டத்தைத் தாண்டவில்லை.

அதன்பிறகும் விசாரணை நீதிபதியை அடிக்கடி சந்தித்தேன். ஒரே வித்தியாசம். என்னோடு என் வழக்குரைஞரும் வருவார். ஏற்கெனவே நான் தந்துள்ள வாக்குமூலங்களில் சில விளக்கங்களைக் கேட்பதுடன் நீதிபதி நிறுத்திக்கொள்வார். சில சமயம் என்மீதுள்ள குற்றச்சாட்டுகள் குறித்து என் வழக்குரைஞருடன் விவாதிப்பார். சொல்லப்போனால் இத்தகைய சமயங்களில் என்னைக் கண்டுகொள்ளவே மாட்டார்கள். கொஞ்சம் கொஞ்சமாக இந்த விசாரணையின் போக்கு மாறிப்போனது. என் விஷயத்தில் விசாரணை நீதிபதிக்கு முன்பு இருந்த அக்கறை இல்லாமல் போய்விட்டது என்பதுடன் என் வழக்கில் ஏதோ ஒரு முடிவுக்கு வந்து விட்டவரைப் போல் தெரிந்தார். அதன் பிறகு கடவுளைப் பற்றி என்னிடம் பேசுவதேயில்லை. முதல் நாளில் அவரிடம் இருந்த உணர்ச்சிப்பெருக்கையும் அதன் பின் அவரிடம் நான் பார்க்கவேயில்லை. இதன் பலனாக, எங்கள் சந்திப்புகள் மிகவும் இணக்கத்துடன் நிகழ்ந்தன. சில கேள்விகள்; என்

வழக்குரைஞருடன் சிறிது நேரம் உரையாடல்; விசாரணை முடிந்துபோகும். நீதிபதியின் வார்த்தைகளால் விவரிப்ப தென்றால், என் வழக்கு அதன் போக்கில் சென்றுகொண் டிருக்கிறது. உரையாடல் பொதுவான விஷயத்தைப் பற்றிய தாக இருக்கும் நேரங்களில் என்னையும் அதில் பங்குபெற வைத்தனர். நிம்மதிப் பெருமூச்சு விட ஆரம்பித்தேன். இப்போ தெல்லாம் யாரும் என்னிடம் வெறுப்புடன் நடந்துகொள்வ தில்லை. அவர்கள் "குடும்பத்தில் ஒருவனாக மாறிவிட்டதாக" அபத்தமான எண்ணம்கூடத் தோன்றியது. அந்த அளவுக்கு அனைத்தும் இயல்பாக, ஒழுங்காக, நன்கு திட்டமிட்டு அமைக்கப்பட்டிருந்தன. 11 மாதங்கள் நீடித்த இந்த விசாரணையின் முடிவில் ஒன்றை மட்டும் என்னால் கூற முடியும். ஒவ்வொரு முறையும் விசாரணை முடித்த பின், என்னை வழியனுப்பிவைக்கும் விதமாகத் தன் அறையின் வாசல்வரை வந்து என் தோள்களைத் தட்டிக் கொடுத்து, "அந்திக் கிறிஸ்துவே, இன்றைக்கு அவ்வளவு தான்" என்ற இணக்கமான தொனியில் நீதிபதி சொல்வார். அத்தகைய சில அரிதான தருணங்களைப் போல் வேறு எதிலும் எனக்கு அந்த அளவு சந்தோஷம் ஏற்பட்டதில்லை. இதன் பிறகு என்னைக் காவல்துறையினரிடம் ஒப்படைத்துவிடுவார்.

◯

2

சில விஷயங்களைப் பற்றி நான் எப்போதுமே பேச விரும்பியதில்லை. சிறைக்குச் சென்ற சில நாட்களிலேயே என் வாழ்க்கையின் இந்தப் பகுதியைக் குறித்துப் பேச எனக்கு விருப்பமிருக்காது என்பதைப் புரிந்துகொண்டேன்.

எனினும் சில நாட்களுக்குப் பிறகு இத்தகைய வெறுப்புணர்வு தேவையற்றது என்பது புரிந்து விட்டது. பார்க்கப்போனால், அந்த முதல் சில நாட்கள் நான் சிறையில் இருந்ததாகக் கருத முடியாது. புதிதாக நடக்க இருக்கும் ஏதோ ஒன்றுக்காகக் காத்திருப்பதாக உணர்ந்தேன். முதலும் கடைசியுமாக மரி என்னைச் சிறையில் வந்து சந்தித்த நாளில் இருந்துதான் அனைத்தும் ஆரம்பித்தன. அவளிடமிருந்து கடிதம் ஒன்று வந்திருந்தது, (அவள் என் மனைவி இல்லை என்பதால் இதன் பிறகு என்னைப் பார்க்க அவளுக்கு அனுமதி கிடைக்காது என்ற தெரிவித்திருந்தாள்). அந்த நாளில் இருந்துதான் சிறைச்சாலையே என் வீடு என்பதையும் என் வாழ்க்கை ஓட்டத்தில் நங்கூரம் விழுந்துவிட்டது என்பதையும் உணர்ந்தேன். நான் கைதுசெய்யப் பட்ட அன்று அறை ஒன்றில் அடைக்கப்பட்டேன். ஏற்கெனவே பல கைதிகள் அதனுள் இருந்தனர். பெரும்பாலானோர் அரேபியர்கள். என்னைப் பார்த்து அவர்கள் சிரித்தனர். அதன் பிறகு, என்ன குற்றத்துக்காக என்று என்னை விசாரித்தார்கள். அரேபியன் ஒருவனைக் கொன்றுவிட்டதாகக்

கூறியதைக் கேட்டு மௌனமானார்கள். சிறிது நேரத்தில் இருட்டத் தொடங்கியது. எனக்கு வழங்கப்பட்டிருந்த விரிப்பை எவ்வாறு பயன்படுத்தித் தூங்க வேண்டும் என்று சொல்லித் தந்தனர். அதன் ஒரு முனையைச் சுருட்டித் தலையணை யாக்கிக்கொள்ளலாம். இரவு முழுவதும் என் முகத்தின் மீது மூட்டைப் பூச்சிகள் ஊர்ந்தபடியே இருந்தன. சில நாட்களுக்குப் பின் நான் மட்டுமே இருக்கக்கூடிய அறைக்கு மாற்றினார்கள். சுவரில் பொருத்தப்பட்டு நீட்டிக்கொண்டிருக்கும் மரப்பலகை மீது படுத்துக்கொள்வேன். இயற்கை உபாதைகளுக்கான வாளியும் தகரத்தினாலான கை கழுவும் பாத்திரமும் இருந்தன. அந்தச் சிறைச்சாலை நகரத்தின் மேடான பகுதியில் அமைந்திருந்ததால் சிறியதொரு ஜன்னல் வழியாகக் கடலைப் பார்க்க முடிந்தது. ஒரு நாள் அதே ஜன்னல் கம்பிகளை இறுகப் பற்றியபடி வெளிச்சம் வரும் பக்கம் உற்றுப் பார்த்துக்கொண் டிருந்தேன். அந்த நேரம் உள்ளே வந்த காவலன் ஒருவன் என்னைப் பார்ப்பதற்காக யாரோ வந்திருப்பதாகச் சொன்னான். மரியாக இருக்கலாம் என்று நினைத்தேன். மரியே தான்.

பார்வையாளர் கூடத்திற்கு அழைத்துச்சென்றனர். முதலில் ஒரு நீண்ட தாழ்வாரம். பிறகு படிக்கட்டுகள். மீண்டும் ஒரு தாழ்வாரத்தைக் கடந்ததும் அந்த இடம் வந்துவிடும். பெரிய ஜன்னலைக் கொண்ட அந்த மிகப்பெரிய கூடம் வெளிச்சமாக இருந்தது. நீளவாக்கில் மூன்று பகுதிகளாகப் பிரிக்கப்பட்டிருந்தது அந்தக் கூடம். அதன் குறுக்கே அமைக்கப் பட்டிருந்த பெரிய கம்பிகளின் இரண்டு வரிசைகள் அதற்குப் பயன்பட்டன. கம்பிகளாலான அந்த இரண்டு வரிசைகளுக்கு இடையில் 8 முதல் 10 மீட்டர் அளவுக்கு இடைவெளி இருக்கும். பார்வையாளர்களையும் கைதிகளையும் பிரிப்பதாக அது அமைந்திருந்தது. எதிர்ப்புறம் நின்றிருந்த மரியைப் பார்த்து விட்டேன். கோடு போட்ட உடையுடன் இருந்த அவளது முகம் வெயிலில் வாடியிருந்தது. என் வரிசையில் சுமார் 10 கைதிகள் நின்றிருந்தனர். அவர்களில் பெரும்பாலானோர் அரேபியர்கள். மரியின் அருகில் ஆப்பிரிக்க முஸ்லீம் பெண்கள் நின்றிருந்தனர். மரியின் ஒரு புறம் மெலிதான உதடுகள் கொண்ட வயதான ஒரு பெண் கருப்பு உடையுடன் இருக்க மறுபுறம், நீளமான முடியுடன் பருமனான பெண் ஒருத்தி நின்றிருந்தாள். சத்தமாகவும் கையை நீட்டி மடக்கியும் பேசியபடியிருந்தாள். கம்பி வரிசைகளுக்கிடையில் இருந்த இடைவெளி காரணமாகப் பார்வையாளர்களும் கைதிகளும் உரத்த குரலில் பேச வேண்டியிருந்தது. கூடத்தின் உள்ளே நான் நுழைந்தபோது அங்கிருந்த உயரமான வெற்றுச்சுவர்கள் மீது பட்டு எதிரொலித்த குரல்கள், ஜன்னல்களை ஊடுருவிக்

அயலான்

கூடம் முழுவதும் பரவிய சூரிய வெளிச்சம் என எல்லாம் சேர்ந்து எனக்கு ஒரு வகையான கிறுகிறுப்பை உண்டாக்கின. இதனுடன் ஒப்பிடும்போது நான் இருந்த அறை மிகவும் அமைதியாகவும் அதிக வெளிச்சமில்லாமலும் இருந்ததை உணர்ந்தேன். எனவே இந்தச் சூழலுக்குப் பழகுவதற்குச் சில நொடிகள் பிடித்தன. எனினும், ஒவ்வொரு முகத்தையும் முழு வெளிச்சத்தில் தெளிவாகவும் தனித்தனியாகவும் ஒரு வழியாகப் பார்க்க முடிந்தது. அந்தத் தாழ்வாரத்தின் கோடியில், இரண்டு கம்பி வரிசைகளின் இடையில் காவலர் ஒருவர் உட்கார்ந்து கண்காணிப்பதைப் பார்த்தேன். பெரும்பாலான அரேபியக் கைதிகளும் அவர்களுடைய உறவினர்களும் எதிரெதிரே உட்கார்ந்து பேசிக்கொண்டிருந்தார்கள். அவர்கள் உரத்த குரலில் பேசிக்கொள்ளவில்லை. அத்தனை இரைச்சலுக்கு மத்தியிலும் மெலிதான குரலில் பேசியே அவர்களுக்குள் புரிந்து கொள்ள முடிந்தது. கீழிருந்து எழும் அவர்களது முணுமுணுக்கும் உரையாடல்கள் அவர்களுடைய தலைகளுக்கு மேல் நடந்து கொண்டிருந்த உரையாடல்களுக்கு ஒருவிதப் பின்னணியாக அமைந்தது. மரியை நோக்கிச் சென்றபோது இவை அனைத்தையும் வேகமாகக் கவனித்தேன். கம்பி வரிசையின் மீது ஒட்டியபடி காத்திருந்த மரி தன்னால் முடிந்த அளவு முயன்று புன்னகைத்தாள். அவள் பார்க்க மிகவும் அழகாக இருந்தாள்; ஆனால், அதை அவளிடம் சொல்லத் தெரியவில்லை.

"அப்புறம்! இங்கே பார்! சௌக்கியமா. தேவையானது எல்லாம் கிடைக்கிறதா" என்று சத்தம்போட்டுக் கேட்டாள். 'கிடைக்கிறது. எல்லாம் கிடைக்கிறது' என்று சொன்னேன்.

பிறகு நாங்கள் எதுவும் பேசவில்லை. மரி சிரித்தபடியே நின்றிருந்தாள். அந்தப் பருமனான பெண் என் அருகில் இருந்தவனைப் பார்த்து (அவளுடைய கணவனாகத்தான் இருக்க வேண்டும்) உரத்த குரலில் பேசினாள். வெள்ளை முடியுடன் பார்ப்பதற்கு நல்லவனாகத் தெரிந்தான். அவர்க ளிடையே ஏற்கெனவே தொடங்கியிருந்த உரையாடலின் தொடர்ச்சி காதில் விழுந்தது.

"ழான் அவரைக் கவனித்துக்கொள்ள முடியாது என்று சொல்லிவிட்டாள்" என்று கத்தினாள். "சரி, சரி" என்றான் அவன்.

"நீ வெளியே வந்ததும் அவரை அழைத்துக்கொள்வாய் என்று சொல்லிப் பார்த்தேன், கேட்கவில்லை."

இந்தப் பக்கம் மரி கத்தினாள். ரெமோன் என்னை விசாரித்ததாகத் தெரிவித்தாள். 'நன்றி' என்றேன். ஆனால்

நான் சொன்னது என் அருகில் இருந்தவன், “அவர் நன்றாக இருக்கிறாரா?” என்று கேட்டதில் அமுங்கிப் போய்விட்டது. இதைக் கேட்டு அவன் மனைவி, சிரித்தபடியே, “எப்போதையும் விட இப்போது தான் அவர் நன்றாக இருக்கிறார்” என்றாள். என் இடதுபுறம் மென்மையான கைகளுடன், குட்டையான இளைஞன் ஒருவன் எதுவும் பேசாமல் நின்றிருந்தான். அவன் எதிரில் குள்ளமான முதிய பெண்மணி ஒருவர் இருந்தார். இருவரும் ஒருவரையொருவர் உற்றுப் பார்த்தபடி நின்றிருந்தனர். ஆனால் அதற்குமேல் அவர்களைக் கவனிக்க எனக்கு நேரமில்லை. அதற்குள் மரி, நான் நம்பிக்கையோடு இருக்க வேண்டும் என்று கத்தினாள். ‘சரி’ என்று சொல்லிவிட்டு அவளையே பார்த்துக்கொண்டிருந்தேன். அவளது மேலங்கிமீது கைகளை வைத்து அதற்குள் இருக்கும் தோள்களை இறுகப் பிடிக்க வேண்டும்போல் தோன்றியது. அந்த மென்மையான துணியைத் தொட்டு உணர வேண்டும் என்ற ஆசை இருந்தது. அதற்கும் மேல் வேறு எதற்கு ஆசைப்படுவது என்று தெரியவில்லை. நம்பிக்கையோடு இருக்க வேண்டும் என்று இதைத்தான் மரி குறிப்பிட்டிருக்க வேண்டும் என்பது நிச்சயம். ஏனெனில், அவள் முகத்தில் இன்னும் சிரிப்பு மறையவில்லை. அவளது பற்களின் பளிச்சிடும் வெண்மையும் கண் இமைகளின் சிறிய மடிப்புகளும்தான் எனக்குத் தெரிந்தன. மீண்டும் ஒரு முறை, உரத்த குரலில், “நீ வெளியே வந்துவிடுவாய். நாம் திருமணம் செய்துகொள்வோம்” என்றாள். ‘அப்படியா நினைக்கிறாய்?’ என்றேன். ஆனால், ஏதாவது சொல்லியாக வேண்டுமே என்பதற்காக அப்படிக் கேட்டேன். அவள் மிக வேகமாக மட்டுமல்ல அதே உரத்த குரலில் “ஆமாம்” என்றாள். மேலும், குற்றங்களிலிருந்து நான் விடுதலையாவேன் என்றும் ஒன்றாக நீச்சலைத் தொடரலாம் என்றும் நம்பிக்கை தெரிவித்தாள். அருகிலிருந்த பெண், சிறை அலுவலரிடம் தந்திருக்கும் கூடையிலுள்ள பொருட்களை பட்டியலிட்டுக் கத்தினாள். அவை அனைத்தும் விலை அதிகம் என்பதால் அவற்றைச் சரிபார்க்கும்படிச் சொன்னாள். என் அருகிலிருந்த இளைஞனும் அவனுடைய அம்மாவும் இன்னும் ஒருவரை ஒருவர் பார்த்தபடியே நின்றிருந்தனர். எங்கள் கால்களின் அருகில் அந்த அரேபியர்களின் முணுமுணுப்பும் தொடர்ந்தது. வெளியே உள்ள வெளிச்சம் அனைத்தும் அந்தக் கூடத்தின் ஜன்னல்மீது குவிவதுபோல் இருந்தது.

அந்தச் சூழ்நிலை என்னை என்னவோ செய்தது. அங்கிருந்து போய்விடவே விரும்பினேன். இரைச்சல் பொறுக்க முடியாததாக இருந்தது. அதே நேரம் மரி அங்கு இருக்கும்வரை அந்தச் சந்தோஷத்தை அனுபவிக்க விரும்பினேன். இப்படியே

எவ்வளவு நேரம் கழிந்திருக்கும் என்று தெரியவில்லை. தன் வேலையைப் பற்றிப் பேசிய மரி தொடர்ந்து சிரித்தபடியே இருந்தாள். முணுமுணுப்பு, கூக்குரல்கள், உரையாடல்கள் என அனைத்தும் சந்தித்துக்கொண்டன. இத்தனை ஓசைகளுக்கும் மத்தியில் மௌனத் தீவாக அந்த வயதான பெண்மணியும் இளைஞனும் ஒருவரையொருவர் பார்த்துக்கொண்டு நின்ற இடம் இருந்தது. அரேபியர்களைக் கொஞ்சம் கொஞ்சமாக அங்கிருந்து அழைத்துச் சென்றனர். முதல் நபர் வெளியே போனதுமே கிட்டத்தட்ட எல்லோருமே மௌனமாகி விட்டனர். குள்ளமான அந்த வயதான பெண்மணி கம்பிகளுக்கு அருகே நெருங்கிய அதே நேரம் காவலர் ஒருவர் அந்தப் பெண்மணியின் மகனுக்குச் சைகை காட்டினார். "போய் வருகிறேன் அம்மா" என்ற மகனிடம் இரண்டு கம்பிகளுக்கு இடையே கையை நீட்டிச் சுருக்கமாகவும் மெதுவாகவும் விடைபெற்றார் அந்தப் பெண்மணி.

அவர் வெளியே சென்றபோது, கையில் தொப்பியுடன் ஒரு நபர் உள்ளே வந்து அந்த பெண்மணி இருந்த இடத்தில் நின்றான். மற்றுமொரு கைதி அழைத்துவரப்பட இருவரும் உற்சாகமாக, ஆனால், சன்னமான குரலில் பேசிக்கொண்டனர். ஏனெனில், அந்தக் கூடம் மீண்டும் அமைதியாகியிருந்தது. என் வலது புறம் இருந்தவனை அழைத்துச் செல்வதற்குக் காவலர் வந்துவிட்டனர். அவனுடைய மனைவி குரலை உயர்த்தி, "உடம்பைப் பார்த்துக்கொள். கவனமாக இரு" என்று கத்தியதைப் பார்த்தால் இனி அவ்வாறு சத்தமாகப் பேச வேண்டிய அவசியமில்லை என்பதை அவள் புரிந்து கொண்டதாகத் தெரியவில்லை. பிறகு என் முறை. எனக்கு முத்தம் தருவதுபோல் மரி சைகை காட்டினாள். அங்கிருந்து செல்வதற்கு முன் மீண்டும் ஒரு முறை அவளைத் திரும்பிப் பார்த்தேன். கம்பியின் மீது முகம் புதைத்து மரி அதே இடத்தில், சோகமான வலிந்து வரவழைக்கப்பட்ட சிரிப்பு மாறாமல் அசையாமல் நின்றிருந்தாள்.

இந்தச் சந்திப்பு நடந்து சில நாட்கள் கழித்துத்தான் அவள் எனக்குக் கடிதம் எழுதினாள். அதன் பிறகுதான் நான் என்றைக்கும் பேச விரும்பாதவை எல்லாம் நடக்க ஆரம்பித்தன. எப்படிப் பார்த்தாலும் எதையும் மிகைப்படுத்தக் கூடாது; மற்றக் கைதிகளைக் காட்டிலும் சிறை வாழ்க்கை எனக்குச் சிரமமாக இல்லை. எனினும், கைதான புதிதில் எனக்குக் கடினமாக இருந்த ஒரே விஷயம் சுதந்திரமான மனிதனுக்கு இருக்கும் எண்ணங்கள் எல்லாம் எனக்கு அப்போதும் வந்துகொண்டிருந்ததுதான். திடீரெனக்

கடற்கரைக்குப் போய்த் தண்ணீரில் இறங்க வேண்டும்போல் இருக்கும். என் பாதத்தை உரசும் முதல் அலைகளின் சத்தம்; என் உடல் தண்ணீரில் அழுத்தும் உணர்வு; அந்த நேரத்தில் ஏற்படும் ஏதோ ஒரு பாரம் நீங்கியதைப் போன்ற நிம்மதி இவையெல்லாம் என் மனதில் எழும்போது, என்னைச் சிறை வைத்திருக்கும் இந்த அறையின் சுவர்கள் எந்த அளவு என்னை நெருக்குகின்றன என்பது சட்டென நினைவுக்கு வரும். எனினும், இத்தகைய ஏக்கம் சில மாதங்களே நீடித்தது. அதன் பிறகு, கைதி ஒருவனுக்குத் தோன்ற வேண்டிய எண்ணங்களே எனக்கிருந்தன. சிறை முற்றத்தில் நடைப்பயிற்சி செய்யும் நேரத்துக்காகவோ என் வழக்குரைஞர் என்னைச் சந்திக்க வருவதற்காகவோ காத்திருப்பேன். எஞ்சிய பொழுதைக் கழிப்பதில் எனக்குச் சிரமம் இல்லை. அதுபோன்ற நேரத்தில் எனக்கு ஒரு எண்ணம் உதிக்கும். பட்ட மரம் ஒன்றின் அடியில் இருந்தபடி என் மேலே மலர்ந்துகொண்டிருக்கும் வானத்தை மட்டுமே பார்த்தவாறு காலத்தைக் கழிக்க வேண்டும் என்று விதிக்கப்பட்டிருந்தால், கொஞ்சம் கொஞ்சமாக அதற்குப் பழக்கப்பட்டிருப்பேன். பறந்து செல்லும் பறவைகள், சங்கமிக்கும் மேகக்கூட்டங்கள் ஆகியவற்றுக்காகக் காத்திருப்பேன். என்னைச் சந்திக்க வரும் வழக்குரைஞரின் வினோதமான கழுத்துப் பட்டிகளுக்குக் காத்திருப்பதைப் போல அல்லது வெளி உலகில் மரியின் உடலை அணைக்கச் சனிக்கிழமைவரை காத்திருந்தேனே அதைபோலத்தான் இதுவும். இப்போது, அந்த நாட்களை எண்ணிப் பார்க்கும் போது, நான் பட்டமரத்தின் அடியில் இல்லை என்பதுடன் என்னைவிட மோசமான நிலையில் பலர் இருந்தனர். அம்மா ஒன்றைச் சொல்லுவார்; அடிக்கடி சொல்லுவார்; போகப்போக எதுவுமே பழகிவிடும்.

பொதுவாகவே, நான் எதையும் அதிகமாகப் பொருட் படுத்துவதில்லை. கைதான புதிதில் சில மாதங்கள் கடினமாக இருந்தன. நான் எடுத்த சில முயற்சிகள் அந்தக் காலகட்டத்தைச் சமாளிக்க உதவின. உதாரணமாக, பெண் ஒருத்தி வேண்டு மென்ற விருப்பம் இருந்தது. அது இயல்பானது தான். காரணம் நான் இளமைப் பருவத்தில் இருந்தேன். மரியைப் பற்றி மட்டுமே நான் நினைத்துக்கொண்டிருக்கவில்லை. ஏதோ ஒரு பெண்ணைப் பற்றி அல்லது எனக்குத் தெரிந்த அத்தனை பெண்களைப் பற்றியும் நினைத்துப்பார்ப்பேன். அவர்களை நேசித்த அத்தனை பொழுதுகளையும் நினைத்துக்கொள்வேன். எந்த அளவுக்கு இந்த எண்ணம் நீண்டது என்றால், என் சிறை அறை முழுக்க அவர்களது முகங்களுடன் என் ஆசைகளும் நிறைந்திருந்தன. ஒரு வகையில், அது என் நிதானத்தைக்

குலைத்தது. ஆனால், அதுவே என் நேரத்தைப் போக்கவும் உதவியது. சிறையின் தலைமைக் காவலரின் நட்பு கிடைத்தது இப்படித்தான். உணவு இடைவேளையின்போது சமையற்கூட ஊழியருடன் வருவார். அவர்தான் முதன்முதலில் பெண்களைப் பற்றி என்னிடம் பேசினார். மற்றக் கைதிகள் குறைபட்டுக் கொள்ளும் முதல் விஷயம் இதுதான் என்றார். நானும் அவர்களைப் போல்தான் என்று கூறிவிட்டு, இது நியாயமற்ற செயல்பாடு என்றேன். அதற்கு அவர், "அதற்காகத்தானே உங்களைச் சிறையில் வைக்கிறார்கள்?" என்றார்.

"அதற்காக என்றால்?"

"அப்படித்தான். சுதந்திரம் என்பது என்ன? இதுதான். உங்களிடமிருந்து சுதந்திரம் பறிக்கப்படுகிறது." இதைப் பற்றி நான் ஒரு போதும் யோசித்ததில்லை.

"உண்மைதான் இல்லையென்றால் வேறு எதுதான் தண்டனை" என்று அவர் கூறியதை ஆமோதித்தேன்.

"அதே தான். உங்களுக்கு விஷயம் புரிகிறது. மற்றவர்களுக்குப் புரிவதில்லை. கடைசியில் தாங்களாகவே ஆறுதல் தேடிக்கொள்கிறார்கள்" என்று சொன்ன காவலர் அங்கிருந்து சென்றுவிட்டார்.

அடுத்ததாக சிகரெட் பிரச்சினை. சிறைக்குள் நான் வந்த நாளில் என்னிடமிருந்த இடுப்புப்பட்டை, காலணி நாடாக்கள், கழுத்துப்பட்டி அத்துடன் என் சட்டைப் பைகளில் இருந்த அத்தனை பொருட்களையும், குறிப்பாக சிகரெட்டுகளையும் எடுத்துக்கொண்டார்கள். எனக்கான அறைக்கு வந்ததும் சிகரெட்டுகளைத் திருப்பித் தரும்படி கேட்டுப்பார்த்தேன். ஆனால் புகைக்க அனுமதி இல்லை என்று தெரிவித்தார்கள். முதலில் சில நாட்கள் கடினமாகக் கழிந்தன. என்னை அதிகம் பாதித்த விஷயம் இதுவாகத்தான் இருக்கும் என்று நினைக்கிறேன். என் கட்டிலின் மரப்பலகையிலிருந்து சிறு துண்டுகளைப் பிய்த்துச் சப்பிக்கொண்டிருந்தேன். நாள் முழுவதும் குமட்டலுடன் அவதிப்பட்டேன். யாருக்கும் எவ்விதத் தீங்கும் விளைவிக்காத இந்தப் பொருளை ஏன் எனக்கு வழங்க மறுத்தார்கள் என்பது புரியவில்லை. அதுவும் தண்டனையின் ஒரு பகுதி என்ற உண்மை பிறகு தான் புரிந்தது. ஆனால் அதற்குள் புகைப்பிடிக்காமல் இருப்பதற்குப் பழகிவிட்டதால் இந்த விஷயமும் எனக்குத் தண்டனையாகத் தெரியவில்லை.

இதுபோன்ற பிரச்சினைகளைத் தவிர எனக்குப் பெரிதாகக் கஷ்டப்படும்படி எதுவுமில்லை. மீண்டும் எனக்கு

இருந்த ஒரே சிக்கல் நேரத்தை எப்படிப் போக்குவது என்பது தான். கடந்தகால விஷயங்களைத் திரும்பிப்பார்க்கத் தெரிந்து கொண்ட பின் அந்தக் கவலையும் நீங்கியது. சில சமயம், நான் வசித்துவந்த குடியிருப்பின் அறையை நினைத்துக்கொள்வேன். கற்பனையில் அந்த அறையின் குறிப்பிட்ட இடத்திலிருந்து நகர ஆரம்பித்து மீண்டும் அதே இடத்துக்குத் திரும்புவேன். வழியில் தென்படும் அத்தனை பொருட்களையும் மனக்கண்ணில் குறித்துக்கொள்வேன். ஆரம்பத்தில் இந்தக் கணக்கெடுப்பு முடிய அதிக நேரம் ஆகவில்லை. ஆனால், அடுத்தடுத்த முயற்சியில் நேரம் சற்றே அதிகம் ஆனது. ஏனெனில், அந்த அறையில் மேஜை, நாற்காலி என ஒவ்வொரு பொருளாக நினைத்துப்பார்க்க ஆரம்பித்தேன். அடுத்ததாக அந்தப் பொருளின் மீது வைக்கப்பட்டிருந்தவற்றைத் தனித்தனியாக நினைத்துப்பார்த்தேன். ஒவ்வொரு பொருளிலும் காணப்படும் சின்னஞ்சிறு அம்சங்களும் நினைவுக்கு வந்தன. ஒவ்வொன்றி லும் காணப்பட்ட சிறு செதில், கீறல், உடைசல், அப்பொருளின் நிறத்திலும் வடிவத்திலும் உண்டாகியிருந்த மாற்றங்கள் நினைவுக்கு வந்தன. இத்தனைக்கும் மத்தியில் என் கணக்கெடுப்பின் வரிசை மறந்துபோகாமல் முழுமையான பட்டியலை உருவாக்கி வந்தேன். அதன் பலனாகச் சில வாரங்களிலேயே என் அறையிலுள்ள பொருட்களைப் பட்டியலிட்டே பல மணிநேரத்தைக் கழிக்க முடிந்தது. இப்படி நினைக்க நினைக்க, மறந்துபோன அல்லது உரிய கவனத்தைப் பெறாத பல விஷயங்கள் நினைவுக்கு வந்தன. அப்போதுதான் ஒரு உண்மை எனக்கு விளங்கியது. வெளியுலகில் ஒரே ஒரு நாள் வாழ்ந்திருந்தால் போதும், அதன் பின் நூறு ஆண்டுகள்கூட எளிதாகச் சிறையில் கழிக்கலாம். சலிப்பு ஏற்படாமல் இருக்கு மளவுக்கு அவனிடம் நினைவுகள் குவிந்திருக்கும். ஒரு வகையில் இது ஒரு வசதிதான்.

வேறு ஒரு பிரச்சினை இருந்தது. அதுதான் தூக்கம். ஆரம்பத்தில், இரவு நேரம் எனக்குச் சரியான தூக்கமில்லை. பகலில் சுத்தமாக இல்லை. போகப்போக இரவுத் தூக்கத்தில் முன்னேற்றம் தெரிந்தது. பகலிலும் என்னால் தூங்க முடிந்தது. பார்க்கப்போனால் கடந்த சில மாதங்களாக தினமும் பதினாறு முதல் பதினெட்டு மணிநேரம்கூடத் தூங்குகிறேன். எஞ்சியுள்ள ஆறு மணிநேரத்தை உணவு, இயற்கை உபாதைகள், என் நினைவுகள், செக்கோஸ்லோவாகியாவில் நடந்த சம்பவம் ஆகியவற்றைக் கொண்டு ஓட்டினேன்.

ஒருநாள் எனக்கு வழங்கப்பட்ட கோரை மெத்தைக்கும் மரத்தினாலான படுக்கைக்கும் இடையில் பழைய

நாளிதழிலிருந்து கிழிக்கப்பட்ட தாள் ஒன்று ஒட்டப் பட்டிருந்ததைக் கண்டேன். பழுப்பேறிப் பாதி ஒட்டப்பட்ட நிலையில் அது இருந்தது. அத்தாளில் உள்ள செய்தி தெளிவாக விளங்கியது. முக்கியமான சம்பவம் ஒன்றை விவரிக்கும் அதன் முன்பகுதியைக் காணவில்லை. அச்சம்பவம் செக்கோஸ்லோவாகியாவில் நடந்திருக்க வேண்டும். யாரோ ஒருவன் செக்கோஸ்லோவாகியா கிராமம் ஒன்றிலிருந்து பணம் சம்பாதித்துவரப் புறப்பட்டிருக்கிறான். பணம் சேர்ந்தபின், இருபத்தைந்து ஆண்டுகள் கழித்து மனைவி, பிள்ளையுடன் சொந்த ஊருக்குத் திரும்பியுள்ளான். அவன் பிறந்த ஊரான இங்கு அவனுடைய அம்மாவும் சகோதரியும் தங்கும் விடுதி ஒன்றை நடத்திவந்திருக்கின்றனர். அவர்களுக்கு இன்ப அதிர்ச்சி தர வேண்டும் என்ற எண்ணத்தில் மனைவி, பிள்ளையை வேறு ஒரு விடுதியில் தங்கவைத்துவிட்டு அம்மாவைப் பார்ப்பதற்காக அவர் நடத்தும் விடுதிக்குப் போயிருக்கிறான். விடுதிக்குள் நுழைந்த மகனை அம்மாவுக்கு அடையாளம் தெரியவில்லை. விளையாட்டாக அங்கு ஒரு அறையை வாடகைக்கு எடுத்துத் தங்கியிருக்கிறான். தன்னிடம் இருக்கும் பணத்தைக் காட்டி யுள்ளான். அன்று இரவு, அவனுடைய அம்மாவும் சகோதரியு மாகச் சேர்ந்து சுத்தியலால் அவனை அடித்துக் கொன்று பணத்தை அபகரித்தனர். உடலை அருகிலுள்ள ஆற்றில் வீசி இருக்கின்றனர். மறுநாள் காலை, அவனுடைய மனைவி விடுதிக்கு வந்தாள். நடந்ததை அறியாமல் அங்கு வந்து தங்கிய வாடிக்கையாளர் யார் என்ற உண்மையை விளக்கியிருக்கிறாள். இதைக் கேட்டதும் அம்மா தூக்கில் தொங்கிவிடச் சகோதரியோ கிணற்றில் குதித்து தற்கொலை செய்துகொண்டாள். இந்தச் செய்தியை ஆயிரம் முறையாவது படித்திருப்பேன். ஒருபுறம் இது நம்ப முடியாத சம்பவம். மற்றொருபுறம் இது இயல்பான விஷயம்தான். எப்படிப் பார்த்தாலும் அந்த நபர் இந்தத் தண்டனைக்கு உரியவர்தான் என்று நினைத்துக்கொண்டேன். ஏனெனில், இதுபோன்ற விஷயத்தில் எப்போதுமே விளையாடக் கூடாது.

தூங்கும் நேரம், பழைய நினைவுகள், அந்தச் சம்பவத்தை மீண்டும் மீண்டும் படித்தல், இருட்டும் வெளிச்சமும் என என் நேரம் கழிந்தது. சிறைக்குள் இருக்கும்போது காலம் என்ற விஷயத்தையே இழந்துவிடுவோம் என்று வாசித்திருக்கிறேன். அப்போது அது எனக்கு அவ்வளவாக விளங்கவில்லை. நாட்கள் ஒரே சமயத்தில் எந்த அளவு நீண்டதாகவும் குறுகியதாகவும் இருக்கும் என்பதும் அப்போது புரியவில்லை. வாழ்ந்து முடிப்பதற்கான நாட்கள் நிச்சயமாக நீளமானவையாகத்தான் இருக்கின்றன என்றாலும் அவை பறந்து விரிந்து கிடப்பதால்

தொடக்கம், முடிவு தெரியாத அளவு ஒன்றோடொன்று பிணைந்தபடி இருக்கின்றன. அப்போது, நாட்கள் என்பவை அவற்றின் பெயர் அடையாளத்தை இழக்கின்றன. என்னைப் பொறுத்தவரை நேற்று, நாளை என்ற சொற்களை மட்டுமே இன்னும் பொருள் பொதிந்தவையாகப் பார்க்கிறேன்.

ஒருநாள் என்னிடம் பேசிக்கொண்டிருந்த காவலர் ஒருவர், நான் சிறைக்கு வந்து ஐந்து மாதங்கள் ஆகின்றன என்று சொன்னார். அதை நான் நம்பினேன். ஆனால், உண்மையில் எனக்குப் புரியவில்லை. எனது பார்வையில் சிறைக்குள் ஒரே நாள்தான் முடிவின்றி விடிகிறது; ஒரே செயலைத்தான் திரும்பத் திரும்பச் செய்துவந்திருக்கிறேன். அந்தக் காவலர் வெளியில் போன பிறகு என் உணவுத் தட்டில் முகத்தைப் பார்த்தேன். வலிந்து சிரிக்க முயன்றபோதும் என் முகம் இறுக்கமாக இருப்பதாகவே தோன்றியது. அந்தத் தட்டை என் முகத்துக்கு முன் ஆட்டிப் பார்த்தேன். மீண்டும் சிரித்தேன். ஆனால், அதே கடுமையும் சோகமும் கலந்த முகம்தான் தெரிந்தது. அந்தி சாயும் நேரம் நெருங்கிக்கொண்டிருந்தது. அந்தப் பெயரற்ற நேரம்; அதைப் பற்றி நான் பேச விரும்பவில்லை. மௌன ஊர்வலத்தின் அமைதி நிலவும் சிறையில் அத்தனை மாடிகளிலிருந்தும் அந்தி நேரச் சத்தங்கள் எழும் நேரம். ஜன்னல் அருகே நெருங்கிச் சென்றேன். அன்றைய பொழுதின் இறுதி வெளிச்சத்தில் என் முகத்தை மீண்டும் ஒருமுறை பார்த்துக்கொண்டேன். அது தொடர்ந்து கடுமையாகத்தான் இருந்தது. அதில் ஆச்சரியப்பட என்ன இருக்கிறது? ஏனெனில், அப்போது நான் அப்படித்தானே இருந்தேன். அதே சமயம், பல மாதங்களுக்குப் பிறகு முதல்முறையாக என் சொந்தக் குரல் எனக்குத் துல்லியமாகக் கேட்டது. நீளமானவையாகக் கழிந்த பல நாட்கள் இதே குரல்தான் இதுவரை என் காதில் ஒலித்து வந்துள்ளது என்பதையும் புரிந்துகொண்டேன். எனவே, இத்தனை காலமும் தனியாகப் பேசிவந்திருக்கிறேன் என்பதும் தெரிந்தது. என் அம்மாவை அடக்கம் செய்தபோது அங்கிருந்த பணிப்பெண் கூறியது நினைவுக்கு வந்தது. இதிலிருந்து தப்பிக்க வழியில்லை. மேலும், சிறைச்சாலை இரவுகளை யாராலும் கற்பனைசெய்ய முடியாது.

◯

3

ஒரு கோடைக்காலம் முடிந்து விரைவாக அடுத்த கோடைக்காலமும் வந்துவிட்டது என்பதில் சந்தேகமில்லை. வெப்ப அலை எழத் தொடங்கும் போது புதிதாக ஏதாவது நிகழும் என்று எனக்குத் தெரியும். என் வழக்கு விசாரணை நீதிமன்றத்தின் கடைசி அமர்வுக்குத் தள்ளிவைக்கப்பட்டது. அந்த அமர்வு ஜூன் மாதக் கடைசியில் முடிவடைய இருந்தது. வெளியே பளீரென வெயில் அடிக்க என் வழக்கு விசாரணை தொடங்கியது. விசாரணை இரண்டு அல்லது மூன்று நாட்களுக்கு மேல் நீடிக்காது என்று என் வழக்குரைஞர் உறுதி யளித்திருந்தார். "மேலும், நீதிமன்றம் உங்கள் விசாரணையைக் காலத்தோடு முடிக்கப் பார்க்கும். ஏனெனில், இந்த அமர்வுக்கு எடுத்துக்கொள்ளப் படும் வழக்குகளில் உங்களுடையது மிக முக்கிய மானது அல்ல. அடுத்ததாகத் தந்தையைக் கொன்ற நபரின் வழக்கு விசாரணைக்கு வருகிறது" என்று விளக்கினார்.

என்னை அழைத்துச்செல்ல காலை ஏழரை மணிக்கு வந்தனர். சிறைச்சாலை வாகனம் என்னை நீதிமன்றத்துக்குக் கொண்டுசென்றது. இருட்டை உணரக்கூடியதாக இருந்த சிறிய அறைக்குள் காவலர்கள் என்னைக் கூட்டிச் சென்றனர். அறைக்கதவின் அருகில் உட்கார்ந்தபடி காத்திருந்தோம். அந்தக் கதவின் பின்புறத்தில் பல்வேறு சத்தங்கள் கேட்டன. பலரது குரல்கள், அழைப்புகள், நாற்காலிகளை நகர்த்தும் சத்தம் என

இரைச்சல் அதிகமாக இருந்தது. எங்கள் பகுதியில் நடக்கும் விழாக்களில் இசை முடிந்து, ஆடல் நிகழ்ச்சி தொடங்குவதற்கு வசதியாக நாற்காலிகளையெல்லாம் ஓரமாக இழுத்துப் போடுவார்கள். அதுதான் இப்போது நினைவுக்கு வந்தது. நீதிபதிகள் வரும்வரை காத்திருந்தாக வேண்டும் என்று காவலர்கள் தெரிவித்தனர். அவர்களில் ஒருவர் எனக்கு சிகரெட் கொடுக்க வந்தார், நான் மறுத்துவிட்டேன். சிறிது நேரம் கழித்து, "பயமாக இருக்கிறதா" என்று கேட்டார். இல்லை என்றேன். மேலும், வழக்கு ஒன்று எப்படி விசாரிக்கப்படுகிறது என்பதைப் பார்க்க எனக்குள்ள ஆர்வத்தையும் தெரிவித்தேன். இதுவரை வாழ்க்கையில் அப்படியான சந்தர்ப்பம் வாய்க்கவில்லை என்றேன். பக்கத்தில் இருந்த காவலர், "அது சரி; ஆனால், கொஞ்ச நேரத்தில் அலுத்துப் போய்விடும்" என்று சொன்னார்.

சிறிது நேரம் கழித்து அந்த அறையில் மெல்லிய மணி ஒலி கேட்டது. என் கைவிலங்கு அகற்றப்பட்டது. கதவு திறக்கப் பட்டு நான் குற்றவாளிக் கூண்டில் ஏற்றப்பட்டேன். அந்த அறை நிரம்பி வழிந்தது. திரைச்சீலைகளையும் மீறிச் சூரிய வெளிச்சம் பல இடங்களில் பரவியிருந்த அறையில் ஏற்கெனவே வெப்பக் காற்று வீசியது. கண்ணாடி ஜன்னல்கள் மூடிய நிலையிலேயே விடப்பட்டிருந்தன. நான் உட்கார்ந்துகொள்ள என் இருபுறமும் காவலர்கள் நின்றுகொண்டனர். அப்போது தான் என் எதிரில் வரிசையாக உட்கார்ந்து இருந்தவர்களின் முகங்களைப் பார்த்தேன். எல்லோரும் என்னையே பார்த்துக் கொண்டிருந்தார்கள். அவர்கள்தான் நீதிபதிக் குழுவினர் என்று புரிந்தது. ஆனால், அவர்களிடையே எதை வைத்து வித்தியாசம் காண்பது என்று என்னால் சொல்ல முடியாது. அப்போது என் மனதில் தோன்றிய ஒரே எண்ணம் இதுதான். டிராம் வண்டி ஒன்றில் பயணிகள் வரிசையாக உட்கார்ந்திருக்கிறார்கள். அந்த வரிசையின் எதிரில் நான் உட்கார்ந்திருக்கிறேன். முன்பின் அறிமுகமில்லாத அந்தப் பயணிகள், புதிதாக வந்து சேர்ந்தவனைக் கேலிசெய்ய ஏதாவது கிடைக்குமா என்று பார்த்துக்கொண்டிருக்கிறார்கள். இது ஒரு முட்டாள்தனமான எண்ணம் என்பது எனக்குத் தெரியும். ஏனெனில் இந்த இடத்தில் கேலிக்கான எதையும் அவர்கள் தேடவில்லை. அவர்கள் கண்டுபிடிக்க முயற்சிப்பது குற்றத்தை. எப்படியும் இந்த இரண்டு விஷயங்களுக்கும் இடையில் அப்படியொன்றும் பெரிய வித்தியாசமில்லை. ஆனால், எனக்குத் தோன்றிய எண்ணம் என்னவோ அதுதான்.

மூடப்பட்டிருந்த அந்த அறையில் அத்தனை பேர் கூடியிருக்க எனக்குச் சற்றே தலை சுற்றுவதைப் போலிருந்தது.

நீதிமன்ற அறையில் உள்ளவர்களைப் பார்த்தேன். எனக்குத் தெரிந்த முகம் எதுவும் அங்கில்லை. முதலில், என்னைப் பார்ப்பதற்காகவே இத்தனை பேரும் கூடியிருக்கிறார்கள் என்பதை நான் மறந்துவிட்டேன் என்று நினைக்கிறேன். பொதுவாகவே என்மீது நான் அதிக அக்கறை காட்டுவதில்லை. இத்தனை பரபரப்புக்கும் நான்தான் காரணம் என்பதே எனக்கு அவ்வளவு எளிதாகப் புரியவில்லை. "என்ன ஒரு கூட்டம்" என்று காவலரிடம் ஆச்சரியப்பட்டேன். இதற்கெல்லாம் காரணம் செய்தித்தாள்கள் தான் என்று கூறியதுடன் நீதிபதிகளின் இருக்கையின் கீழே இருந்த மேசை ஒன்றின் அருகிலிருந்த கூட்டத்தைக் காட்டினார். "அதோ அவர்கள்தான்" என்றவரிடம், 'யார்?' எனக் கேட்டதற்குச் "செய்தியாளர்கள்" என்று மீண்டும் கூறினார். அங்கு இருந்தவர்களில் ஒருவர் இந்தக் காவலருக்கு ஏற்கெனவே அறிமுகமானவர் இவரைப் பார்த்ததும் எங்களை நோக்கி வந்தார். ஓரளவு வயதில் பெரியவரான அவர் பழகுவதற்கு இனிமையானவராகத் தெரிந்தார்; சற்றே கோணலான முகம்; மிகுந்த பாசத்துடன் காவலர் கைகளைக் குலுக்கினார். அப்போது தான் ஒரு விஷயத்தைக் கவனித்தேன். அங்குள்ள அனைவரும் ஒருவரை யொருவர் சந்தித்து நலம் விசாரித்து, உரையாடிக் கொண்டிருந் தார்கள். ஏதோ சங்கம் ஒன்றின் உறுப்பினர்கள் தாங்கள் சார்ந்திருக்கும் அதே உலகத்தின் மக்களை மீண்டும் சந்திக்கும் போது மகிழ்ச்சியடையும் இடம்போல் அது இருந்தது. மேலும், அந்த இடத்தில் நான் ஓர் உபரியாக, அழையா விருந்தாளியாக இருப்பதைப் போன்ற வினோதமான எண்ணமும் தோன்றியது. எனினும், அந்த வயதான செய்தியாளர் என்னிடம் சிரித்தபடி பேசினார். எல்லாம் நல்லபடியாக நடக்கும் என்றார். நான் நன்றி தெரிவித்தேன். "ஒரு விஷயம் தெரியுமா? உங்கள் வழக்கைப் பற்றி கொஞ்சம் அதிகமாகவே எழுதியிருக்கிறோம். செய்தித்தாள்களுக்கு மந்தமான காலம் கோடைதான். உங்கள் வழக்கும் தந்தையைக் கொலை செய்தவரின் வழக்கும்தான் ஓரளவு குறிப்பிடும்படியாக இருக்கின்றன" என்றார். சற்றுமுன் அவர் நின்றிருந்த கூட்டத்தில் ஒருவரைச் சுட்டிக்காட்டினார். குட்டையாக இருந்த அவருக்குப் பருத்த மர நாய் போன்ற தோற்றம். வட்டமான பெரிய கருப்புக் கண்ணாடி அணிந்திருந்தார். அவர் பாரீஸ் செய்தித்தாள் ஒன்றின் சிறப்பு நிருபர் என்ற தகவலைத் தெரிவித்தார். "உண்மையில் உங்கள் வழக்குக்காக அவர் வரவில்லை. தந்தையைக் கொலை செய்தவரின் வழக்கைப் பதிவுசெய்ய வந்துள்ள அவரை அதே சமயம் உங்கள் வழக்கைப் பற்றிய அறிக்கையையும் அனுப்பச் சொல்லியிருக்கிறார்கள்." அதற்கும் நன்றி சொல்ல

வாயெடுத்தேன். ஆனால், அது நகைப்புக்குரியதாக இருக்கும் என்று நினைத்துச் சொல்லவில்லை. சற்றே தோழமையாக என்னைப் பார்த்துக் கையசைத்துவிட்டு அங்கிருந்து கிளம்பினார். இன்னும் கொஞ்சம் நேரம் காத்திருந்தோம்.

அங்கியுடன் என் வழக்குரைஞர் வந்துசேர்ந்தார். அவருடன் உடன் பணியாற்றுபவர்கள் பலர் இருந்தார்கள். செய்தியாளர்கள் இருந்த இடத்துக்குச் சென்று அவர்களுடன் கை குலுக்கினார். அவர்களுக்குள் வேடிக்கையாகச் சிரித்துப் பேசிக்கொண்டிருந்தார்கள். எவ்விதக் கவலையும் இல்லாமல் நிம்மதியாக இருப்பவர்களாகத் தெரிந்தார்கள். நீதிமன்ற மணி ஒலித்ததும் அனைவரும் தத்தமது இருக்கைக்குச் சென்றார்கள். என் அருகில் வந்த என் வழக்குரைஞர் கைக்குலுக்கிவிட்டுச் சில அறிவுரைகளை வழங்கினார். கேள்விகளுக்குச் சுருக்கமாகப் பதில் அளிக்க வேண்டும் என்றும் தானாக முந்திக்கொண்டு எதையும் சொல்லிவிடக் கூடாது என்றும் கூறிவிட்டு எஞ்சிய வற்றைத் தன்னிடம் விட்டுவிடும்படி சொன்னார்.

என் இடதுபுறம், நாற்காலி இழுக்கப்படும் சத்தம் கேட்டது. சிவப்பு உடையில், கண்ணாடி அணிந்து மெலிந்துபோய் உயரமாக இருந்த ஒருவர் அக்கறையாகத் தன் அங்கியை மடித்துவிட்டபடி உட்கார்ந்துகொண்டார். அவர்தான் அரசு வழக்குரைஞர். அமர்வு தொடங்கிவிட்டதை எழுத்தர் ஒருவர் அறிவித்தார். அதே நேரம், இரண்டு பெரிய மின்விசிறிகள் பெரும் சத்தத்துடன் இயங்க தொடங்கின. மூன்று நீதிபதிகள் உள்ளே நுழைந்தார்கள். இருவர் கருப்பு உடை, ஒருவர் சிவப்பு உடை. கோப்புகளுடன் வந்த அவர்கள் நேராக அந்த அறையில் கொஞ்சம் உயரமாக அமைக்கப்பட்டிருந்த மேடையை நோக்கி நடந்தார்கள். சிவப்பு அங்கியில் இருந்தவர் நடு இருக்கையில் அமர்ந்துகொண்டார். தொப்பியைக் கழற்றி மேசைமீது வைத்துவிட்டு வழுக்கை விழுந்த தன் சிறிய தலையைக் கைக்குட்டையால் துடைத்துக்கொண்டார். பிறகு விசாரணை அமர்வு தொடங்கிவிட்டது என்பதை அறிவித்தார்.

அதற்குள் செய்தியாளர்கள் பேனாவுடன் ஆயத்த மானார்கள். எல்லோருடைய முகத்திலும் கேலியும் அலட்சியமும் தெரிந்தன. எனினும், அந்தக் கூட்டத்திலே மிகவும் இளைஞனாக இருந்த ஒருவன் மட்டும் பேனாவை மேசை மீது வைத்துவிட்டு என்னைப் பார்த்துக்கொண்டிருந்தான். அடர் சாம்பல்நிறச் சட்டையும் நீலநிறக் கழுத்துப்பட்டியும் அணிந்திருந்தான். சற்றே கோணியிருந்த அவனுடைய முகத்தில் எந்த உணர்வையும் காட்டிக் கொடுக்காத பார்வை; என்னையே உற்றுப் பார்த்துக்கொண்டிருந்த அவனது இரண்டு

தெளிவான கண்கள் மட்டும் எனக்குத் தெரிந்தன. நம்மை நாமே பார்த்துக்கொள்கிற வினோதமான உணர்வு எனக்கு ஏற்பட்டது. எனக்கு அதன் பின் நடந்தவை எதுவும் புரியாமல் போனதற்கு இது ஒரு காரணமாக இருக்கலாம், நீதிமன்ற நடவடிக்கைகள் எதையும் நான் ஏற்கெனவே அறிந்திருக்கவில்லை என்பதும் காரணமாக இருக்கலாம். அதாவது, நீதிபதிக் குழுவுக்கான உறுப்பினர்களைக் குலுக்கல் முறையில் தேர்ந்தெடுத்தல்; என் வழக்குரைஞர், அரசு வழக்குரைஞர், சக நீதிபதிகள் ஆகியோரிடம் தலைமை நீதிபதி எழுப்பிய கேள்விகள் (கேள்விகளின்போது நீதிபதிகள் அனைவரும் ஒரே விதத்தில் தலைமை நீதிபதி பக்கம் திரும்பினார்கள்.) குற்றப்பத்திரிகையை வேகவேகமாக வாசித்து முடித்தல்; அதில் எனக்கு அறிமுக மானவர்களின் பெயர்களும் தெரிந்த இடங்களும் இருந்தன; என் வழக்குரைஞரை நோக்கிச் சில புதிய கேள்விகள்; இவ்வாறு பல விஷயங்கள் எனக்குப் புதுமையாக இருந்தன.

எது எப்படியோ, இப்போது சாட்சிகளை அழைக்கப் போவதாக நீதிபதிக் குழுத்தலைவர் அறிவித்தார். எழுத்தர் வாசித்த பெயர்கள் சில என் கவனத்தை ஈர்த்தன. முதியோர் இல்ல நிர்வாகி, பொறுப்பாளர், பெரியவர் தொமா பெரெஸ், ரெமோன், மசோன், சாலமானோ, மரி என ஒவ்வொருவராக அதுவரை தெளிவற்ற கூட்டமாகத் தெரிந்த பார்வையாளர்கள் வரிசையிலிருந்து எழுந்து நின்றார்கள். பிறகு பக்கவாட்டில் இருந்த கதவு ஒன்றின் வழியாகச் செல்வதற்காகப் பார்வையி லிருந்து விலகினார்கள். மரி என்னைக் கவலையுடன் பார்த்துக் கையசைத்தாள். இந்தப் பட்டியலில் கடைசியாக அழைக்கப் பட்ட செலெஸ்த் எழுந்திருக்கும்வரை, இவர்களில் யாரையும் கவனிக்காமல் இருந்தது எனக்கு ஆச்சரியமாக இருந்தது. செலெஸ்த் அருகில் உணவு விடுதியில் நான் பார்த்த குட்டை யான பெண்ணும் இருந்தாள். முழுக்கைச் சட்டை அணிந்திருந்த அவள் பார்வையில் தெளிவும் உறுதியும் தெரிந்தன. அவள் என்னை உற்றுப் பார்த்துக்கொண்டிருந்தாள். அதற்கான காரணத்தை யோசிக்க அவகாசமில்லை. அதற்குள் நீதிபதிக் குழுத்தலைவர் பேச ஆரம்பித்துவிட்டார். வழக்கு தொடர்பான உண்மையான விசாரணைகள் தொடங்கியிருப்பதாக அறிவித்த அவர், அனைவரும் அமைதி காக்கும்படி தாம் கேட்டுக்கொள்ள வேண்டிய அவசியம் இருக்காது என நம்புவதாகக் குறிப்பிட்டார். இந்த வழக்கைச் சார்பற்ற நிலையில் அணுகுவதோடு, வழக்கு விசாரணையைப் பாரபட்சமின்றி நடத்துவதற்காகவே தாம் அங்கு இருப்பதாகத் தெரிவித்தார். வழங்கப்படும் தீர்ப்பினை நீதியை மதிக்கும் உணர்வுடன் ஏற்றுக்கொள்ள வேண்டும் என்ற அவர், நடவடிக்கைகளுக்குச்

சிறிய இடையூறு நேர்ந்தாலும் பார்வையாளர்கள் வெளியேற்றப் படுவார்கள் என்றும் அறிவித்தார்.

வெப்பம் அதிகமாகிக்கொண்டே போக, நீதிமன்ற அறையில் இருந்தவர்கள் தங்களிடமிருந்த செய்தித்தாள்களால் விசிறிக்கொண்டதைப் பார்த்தேன். இதனால் தொடர் காகித ஒலி கேட்டபடியே இருந்தது. நீதிபதிக் குழுத்தலைவர் சைகையைப் புரிந்துகொண்ட எழுத்தர் மூன்று ஓலை விசிறிகளைக் கொண்டுவந்து தர, மூன்று நீதிபதிகளும் அவற்றை எடுத்துக்கொண்டனர்.

உடனடியாக என்னிடம் விசாரணையைத் நீதிபதிக் குழுத்தலைவர் தொடங்கினார். என்னிடம் கேள்விகளைக் கேட்ட அவரின் தொனியில் அமைதி மட்டுமல்லாமல் நட்புணர்வும் இருந்ததாக உணர்ந்தேன். மீண்டும் ஒருமுறை என் பெயர், ஊர் போன்ற அடையாளம் குறித்த விவரங்களைக் கேட்டுக் குறித்துக்கொண்டார். அது எனக்கு எரிச்சலை உண்டாக்கினாலும் மனதுக்குள் அதுதானே முறை எனப் பட்டது. ஏனெனில், விசாரணையில் ஆள் மாறாட்டம் நிகழ்ந்து விட்டால் அது மிகவும் மோசமான விளைவுகளை உண்டாக்கி விடும். பிறகு, நீதிபதிக் குழுத்தலைவர் நான் செய்தவற்றை எல்லாம் மீண்டும் ஒரு முறை வாசித்துக் காட்டினார். அவ்வாறு வாசிக்கும்போது, இரண்டொரு வாக்கியங்களுக்கு ஒருமுறை "என்ன சரிதானே?" என்று கேட்டு உறுதிசெய்துகொண்டார். என் வழக்குரைஞர் சொல்லித் தந்தபடி, நானும், 'சரிதான், நீதிபதி அய்யா' என்று சொன்னேன். ஒவ்வொரு விஷயத்தையும் துல்லியமாக விவரித்ததால் விசாரணை அதிக நேரம் பிடித்தது. செய்தியாளர்கள் அனைத்தையும் குறிப்பெடுத்தபடி இருந்தார்கள். அந்தக் கூட்டத்திலேயே மிகவும் இளமையாக இருந்த செய்தியாளர், அவன் அருகில் எந்திர கதியில் இயங்கிய அப்பெண் ஆகிய இருவரது பார்வையும் என்மீது விழுந்திருப்பதை உணர முடிந்தது. டிராம் வண்டி வரிசை போன்று அமர்ந்திருந்தவர்கள் அத்தனைபேரும் ஒருமுகமாக நீதிபதிக் குழுத்தலைவரை நோக்கித் திரும்பினார்கள். அவர் இருமிவிட்டு, தன்னிடம் இருந்த கோப்புகளைப் புரட்டினார். பிறகு விசிறிக்கொண்டே என்னைப் பார்த்தார்.

இனி சில கேள்விகள் கேட்க இருப்பதாகக் கூறிய அவர், அவை வழக்குக்குத் தொடர்பில்லாதவைபோல் தோன்றினாலும், வழக்கின் மீது நெருக்கமான தாக்கத்தை ஏற்படுத்தக்கூடியவையாக இருக்கலாம் என்று குறிப்பிட்டார். மறுபடியும் அம்மாவைப் பற்றித்தான் பேசப்போகிறார் என்பது புரிந்தது. அது எனக்கு எந்த அளவு சலிப்பை ஏற்படுத்திவருகிறது

என்பதையும் உணர்ந்தேன். அம்மாவை முதியோர் இல்லத்தில் சேர்த்ததன் காரணம் கேட்டார். அவரை வீட்டில் வைத்துச் சிகிச்சையளிக்க முடியாத அளவு பண நெருக்கடியில் இருந்தேன் என்றேன். இச்செயல் மனதை வெகுவாகப் பாதித்ததா என்று கேட்டார். அம்மாவும் நானும் பரஸ்பரம் எதிர்பார்ப்புகளுடன் இருக்கும் காலத்தைக் கடந்தவர்கள்; யாரிடமும் எங்களுக்கு எதிர்பார்ப்புகள் இல்லை; எங்களுக்கு வாய்த்த புது வாழ்க்கை முறைக்கு இருவருமே பழக்கப்பட்டிருந்தோம் என்பதையும் சொன்னேன். இந்த விஷயத்தில் இதற்குமேல் எதையும் கேட்க விரும்பவில்லை எனக் கூறிய நீதிபதிக் குழுத்தலைவர், அரசு வழக்குரைஞரைப் பார்த்து வேறு ஏதாவது கேள்விகள் இருக்கின்றனவா என்று கேட்டார்.

என் பக்கம் முழுமையாகத் திரும்பாமலும் என் முகத்தைப் பார்க்காமலும் உறுதியான குரலில் அரசு வழக்குரைஞர் பேசினார். நீதிபதிக் குழுத்தலைவரின் அனுமதியுடன் தான் ஒரு கேள்வியை எழுப்ப விரும்புவதாகக் கூறினார். அந்த அரேபியனைக் கொல்ல வேண்டும் என்ற திட்டத்துடன்தான் அந்த நீரோடைக்குத் தனியாக சென்றேனா என்று தெரிந்து கொள்ள விரும்புவதாகச் சொன்னார். 'இல்லை' என்று மறுத்தேன். "அப்படி என்றால் இவர் ஏன் துப்பாக்கி வைத்திருந்தார்? குறிப்பாக அந்த இடத்துக்கு எதற்காகத் திரும்பி வர வேண்டும்?" அது தற்செயலாக நேர்ந்த விஷயம் என்று சொன்னேன். "இப்போதைக்கு இதுபோதும்" என்று மோசமானதொரு தொனியில் குறிப்பிட்டார். இதனைத் தொடர்ந்து நடைபெற்றவை அனைத்தும், என் அளவிலாவது, சற்றே குழப்பமானவையாக இருந்தன. தங்களுக்குள் சில ஆலோசனைகள் செய்தபின், விசாரணை பிற்பகலுக்கு ஒத்தி வைக்கப்படுவதாகவும் அப்போது சாட்சிகளிடம் விசாரணை நடக்கும் என்றும் நீதிபதிக் குழுத்தலைவர் அறிவித்தார்.

எனக்கு எதைப்பற்றியும் யோசிக்க நேரமில்லை. என்னை வெளியே அழைத்துச்சென்று வாகனத்தில் ஏற்றிச் சிறைக்குக் கொண்டுசென்றனர். அங்கு நான் சாப்பிட்டு முடித்தேன். சிறிது நேரத்திலேயே, சோர்வாக இருக்கிறேன் என்பதை உணரத் தொடங்கியபோது என்னை அழைத்துச்செல்ல ஆட்கள் வந்துவிட்டார்கள். மீண்டும் ஒரு முறை அனைத்தும் நடக்க ஆரம்பித்து அதே முகங்களுக்கு முன் அதே அறையில் நிறுத்தப் பட்டேன். ஒரே வித்தியாசம். இப்போது வெப்பம் கூடியிருந்தது. ஏதோ அற்புதம் நிகழ்ந்ததைப் போல் நீதிபதிகள், அரசு வழக்குரைஞர், என் வழக்குரைஞர், சில செய்தியாளர்கள் என எல்லோரும் விசிறி வைத்திருந்தனர். அந்த இளம் செய்தியாளரும்

குட்டையான பெண்ணும் இன்னும் அங்கிருந்து போகவில்லை. ஆனால், அவர்கள் விசிறிக்கொண்டிருக்காமல் மௌனமாக என்னைப் பார்த்தபடி இருந்தனர்.

முகத்தில் வழிந்த வியர்வையைத் துடைத்துக் கொண்டேன். முதியோர் இல்ல நிர்வாகியின் பெயர் அழைக்கப் பட்டபோது தான் நான் நிற்கும் இடம் மட்டுமல்ல என்னைப் பற்றியும் சுய உணர்வு வந்தது. என்னைப் பற்றி அம்மா ஏதாவது குறைபட்டுக்கொண்டார்களா என்ற கேள்விக்கு அவர் ஆமாம் என்றார். எனினும், தங்கள் நெருங்கிய உறவினர்கள் குறித்துக் குறை சொல்லிக்கொண்டிருப்பது முதியோர் இல்லத்தில் இருப்பவர்களிடம் உள்ள வழக்கம்தான் என்றார். முதியோர் இல்லத்தில் சேர்த்ததற்காக என் மீது குறைபட்டுக்கொண்டாரா என்று குறிப்பிட்டுக் கேட்டபோதும் ஆமாம் என்று பதில் அளித்தார். ஆனால் இம்முறை அதற்குமேல் எதுவும் சொல்ல வில்லை. மற்றொரு கேள்விக்குப் பதில் அளித்த முதியோர் இல்ல நிர்வாகி, அம்மாவின் இறுதிச்சடங்கு நடந்த நாளில் நான் அமைதியாகக் காணப்பட்டது தனக்கு ஆச்சரியமாக இருந்தது என்றார். அமைதி என்று எதைக் குறிப்பிடுகிறீர்கள் என்று அவரிடம் கேட்கப்பட்டது. தன் காலணியின் விளிம்பைப் பார்த்துவிட்டுப் பேசினார். நான் அம்மாவைப் பார்க்க விரும்ப வில்லை; ஒருமுறைகூட அழவில்லை; கல்லறைமுன் இறுதியாக ஒரு முறை அஞ்சலி செலுத்தாமல், அடக்கம் செய்த வுடனேயே புறப்பட்டுப் போய்விட்டேன்; இவற்றை எல்லாம் கூறி முடித்த அவர் தன்னை ஆச்சரியத்தில் ஆழ்த்திய இன்னொரு விஷயத்தையும் குறிப்பிட்டார். என் அம்மாவின் வயது எனக்குத் தெரியவில்லை என்பதை இறுதிச்சடங்கு ஊழியர் ஒருவர் மூலம் அறிய நேர்ந்தது என்றார். சிறிது நேரம் அறையில் அமைதி நிலவியது. இதுவரை பேசியதெல்லாம் என்னைப் பற்றித்தானே என்று முதியோர் இல்ல நிர்வாகியிடம் நீதிபதிக் குழுத்தலைவர் கேட்டார். இந்தக் கேள்வி எதற்காக என்று அவருக்குப் புரியாமல் போகவே, “சட்டப்படி இதுதான் முறை” என்று நீதிபதி விளக்கமளித்தார். அடுத்ததாக, அரசு வழக்குரைஞரைப் பார்த்து, இந்தச் சாட்சியை ஏதாவது கேட்க விரும்புகிறாரா என்று கேட்டார். “இல்லை இதுவே போதும்” என்று உரக்கச் சொன்ன அரசு வழக்குரைஞரின் முகத்தில் தோன்றிய பொலிவையும் வெற்றிப் புன்னகையையும் பார்த்து எனக்கு நீண்ட நாட்களுக்குப்பின் முதல் முறையாக அழ வேண்டும் என்ற முட்டாள்த்தனமான விருப்பம் உண்டானது. ஏனெனில், அங்கு இருக்கும் மனிதர்கள் எவ்வளவு தூரம் என்னை வெறுக்கிறார்கள் என்பதை உணர்ந்துகொண்டேன்.

நீதிபதிக்குழுவின் ஏனைய உறுப்பினர்கள், என் வழக்குரைஞர் ஆகியோர் வேறு ஏதாவது கேட்க விரும்புகிறார்களா என்று அறிந்தபின், முதியோர் இல்லப் பொறுப்பாளரை நீதிபதிக் குழுத் தலைவர் அழைத்தார். மற்றவர்களைப் போல், அவர் விஷயத்திலும் அனைத்துச் சட்டச் சடங்குகளும் நிறைவேற்றப்பட்டன. முதியோர் இல்லப் பொறுப்பாளர் அங்கு வந்தவுடன் என்னை ஒருமுறை பார்த்தவர் பார்வையைத் திருப்பிக்கொண்டார். கேள்விகளுக்குப் பதில் அளித்துக்கொண்டேவந்தார். அம்மாவைப் பார்க்க நான் விரும்பவில்லை; புகைப்பிடித்தேன்; தூங்கினேன்; பால் கலந்த காபி குடித்தேன் என ஒவ்வொன்றாகக் கூறினார். அப்போது, அந்த அறை முழுவதும் ஒருவிதச் சலசலப்பு உண்டாவதை உணர்ந்தேன். மேலும், முதல்முறையாக என்மீது குற்றம் இருப்பதைப் புரிந்துகொண்டேன். நான் காபி குடித்தது, சிகரெட் பிடித்தது ஆகிய விஷயங்களை மீண்டும் ஒரு முறை பொறுப்பாளரை விவரிக்க வைத்தார்கள். அரசு வழக்குரைஞர் என்னைப் பார்த்தபோது அவரது கண்களில் ஏளனம் தெரிந்தது. அப்போது, என் வழக்குரைஞர் அந்தப் பொறுப்பாளரைப் பார்த்து, என்னோடு சேர்ந்து அவரும் புகைக்கவில்லையா என்று கேட்டார். அரசு வழக்குரைஞர் எழுந்து, இந்தக் கேள்வியை வன்மையாக எதிர்த்தார். "இங்கு யார்மீது குற்ற விசாரணை நடக்கிறது? குற்றவாளிக்கு எதிரான வலுவான சாட்சியங்களை நீர்த்துப் போகவைக்கவும் சாட்சி சொல்பவர்கள்மீது களங்கம் ஏற்படுத்தவும் கையாளப்படும் இத்தகைய உத்திகளை எப்படி வகைப்படுத்துவது?" எனினும், முதியோர் இல்லப் பொறுப்பாளரை அந்தக் கேள்விக்கு பதிலளிக்குமாறு நீதிபதி கூறினார். சங்கடத்துக்குள்ளான அந்தப் பெரியவர், "அது தவறுதான் என்று எனக்குத் தெரியும். இருந்தாலும் அந்த அய்யா என்னிடம் சிகரெட் பிடிக்கிறாயா என்று கேட்டுத் தந்தபோது என்னால் மறுக்க இயலவில்லை" என்றார். இறுதியாக, இந்த விஷயத்தில் வேறு ஏதாவது சொல்ல விருப்பமா என்று என்னிடம் கேட்கப்பட்டது. "இல்லை" என்று கூறினேன். மேலும் "சாட்சியாளர் சொல்வதைப்போல் நான் அவருக்குச் சிகரெட் கொடுத்தது உண்மைதான்" என்றேன். அப்போது, அந்தப் பொறுப்பாளர் என்னைச் சிறிது ஆச்சரியத்துடனும் ஒருவித நன்றியுணர்வுடனும் பார்த்தார். சற்றே தயங்கிய அவர், "அவரிடம் காபி சாப்பிடுகிறீர்களா என்று நானே தான் கேட்டுக் கொடுத்தேன்" என்றார். மிகவும் திருப்தியடைந்த என் வழக்குரைஞர், நீதிபதிக்குழு இதைக் குறித்துக்கொள்ளும் என்று தான் நம்புவதாக உரத்த குரலில் தெரிவித்தார். அரசு வழக்குரைஞரோ, "உண்மைதான். நீதிபதிக்குழுவின்

உறுப்பினர்கள் நிச்சயமாக இதனைக் குறித்துக்கொள்வார்கள். அறிமுகமில்லாத ஒருவர் காபி சாப்பிடுகிறாயா என்று கேட்கலாம். ஆனால், தன்னை இந்த உலகில் பிறக்க வைத்தவரின் உடலின் எதிரில் அதனை மகன் என்பவன் மறுத்திருக்க வேண்டும் என்றும் முடிவு செய்வார்கள்," என்று கத்திப் பேசினார். அத்துடன் பொறுப்பாளர் தன் இருக்கைக்குச் சென்றார்.

தொமா பெரேஸ் சாட்சி சொல்ல வேண்டிய நேரம் வந்த போது, எழுத்தர் ஒருவர் சாட்சிக் கூண்டுவரை அவரை அழைத்துவந்தார். என் அம்மாவைத்தான் தனக்கு நன்றாகத் தெரியும் என்று கூறிய அவர் ஒரே முறை, அதாவது இறுதிச்சடங்கு அன்றுதான் என்னைப் பார்த்ததாகவும் தெரிவித்தார். அன்று நான் என்னவெல்லாம் செய்தேன் என்று கேட்கப்பட்டபோது, "ஒன்றைப் புரிந்துகொள்ளுங்கள். நானே மிகுந்த சோகத்தில் இருந்தேன். எனவே, நான் எதையும் பார்க்க வில்லை. என் சோகம் எதையும் பார்க்க விடவில்லை. காரணம், அது எனக்கு ஒரு பெரிய துயரமாகும். இன்னும் சொல்லப் போனால், எனக்கு மயக்கமே வந்துவிட்டது. ஆகவே, இந்த அய்யாவை நான் பார்க்க முடியவில்லை," என்று பதில் அளித்தார். நான் அழுததையாவது பார்த்தாரா என்ற அரசு வழக்குரைஞரின் கேள்விக்கு, இல்லை என்று பெரேஸ் பதில் சொன்னார். "நீதிபதிக்குழு இதனைக் குறித்துக்கொள்ளும்" என்று அரசு வழக்குரைஞர் கருத்துத் தெரிவித்தார். ஆனால், இதைக் கேட்ட என் வழக்குரைஞர் கோபத்துடன் எழுந்தார். சற்றே மிகையானதோ என்று தோன்றும் தொனியில், "அவர் அழவில்லை என்பதைப் பார்த்தீர்களா" என்று கேட்டார். அதற்கும் பெரேஸ், "இல்லை" என்று கூற பார்வையாளர்கள் சிரித்தார்கள். தன் சட்டையின் கைப்பகுதி ஒன்றினை மடித்த படியே, உறுதியான குரலில், "இதோ இதுதான் இந்த வழக்கின் தன்மை. அனைத்தும் உண்மைதான். அதே சமயம் எதுவும் உண்மை இல்லை," என்றார். அரசு வழக்குரைஞர் முகத்தில் எந்த உணர்ச்சியும் காட்டாமல், வழக்குக் கட்டின் முகப்புப் பக்கத்தில் பென்சிலால் புள்ளிவைத்தபடி இருந்தார்.

ஐந்து நிமிடங்களுக்கு விசாரணை ஒத்திவைக்கப்பட்டது. அப்போது அருகில் வந்த என் வழக்குரைஞர், எல்லாம் நல்லவிதமாகவே நடந்துவருகிறது என்றார். எதிர்வாதி தரப்பில் செலெஸ்த் அழைக்கப்பட்டான். எதிர்வாதி நான்தான். அவ்வப்போது என் பக்கம் திரும்பிய செலெஸ்த் ஓலைத் தொப்பியைக் கையால் சுற்றியபடியே இருந்தான். புதிய கோட் அணிந்து வந்திருந்தான். சில ஞாயிற்றுக்கிழமைகளில், குதிரைப்

பந்தயங்களுக்கு என்னுடன் வரும்போது இந்தக் கோட்டைத் தான் அவன் அணிவான். காலர் பொத்தானை அவனால் போட முடியவில்லை என்று நினைக்கிறேன். ஏனெனில், ஒரு பித்தளைப் பொத்தான் மட்டுமே அவனது சட்டைக்கு இணைப்பாக இருந்தது. நான் அவனுடைய உணவு விடுதியின் வாடிக்கையாளரா என்ற கேள்விக்கு, "ஆமாம், அவன் என் நண்பனும்கூட" என்றான். என்னைப் பற்றி என்ன நினைத்தானோ, "அவன்தான் மனிதன்" என்றான். எந்த அர்த்தத்தில் அப்படிக் கூறினான் என்பதை விளக்கினான். எல்லோருக்குமே அதன் அர்த்தம் தெரிந்தது தான் என்றான். கலகலப்பாகப் பழகாமல் விலகி நிற்பவனா என்று கேட்டதற்கு அவன், நான் தேவையில்லாமல் எதுவும் பேச மாட்டேன் என்பது தனக்குத் தெரியும் என்றான். உணவுக்கான தொகையை ஒழுங்காகச் செலுத்துவது உண்டா என்று அரசு வழக்குரைஞர் கேட்டபோது, அவன் சிரித்துக்கொண்டே, "அது எங்களுக்கு இடையிலுள்ள விஷயம்" என்றான். என் குற்றத்தைப் பற்றிய அவனது கருத்து என்ன என்று கேட்டவுடன் சாட்சிக் கூண்டின் மீது கைகளை ஊன்றி, எதையோ கூறத் தயாராக இருந்தவன் போல் தெரிந்தான். "என்னைப் பொறுத்தவரை, இது ஒரு தன்னை மீறிய செயல். அப்படி என்றால் என்ன என்று எல்லாருக்கும் தெரியும். ஒருவனை நிர்க்கதியான நிலையில் அது நிறுத்திவிடும். என்னைக் கேட்டால் இது ஒரு தன்னை மீறிய செயல் என்றுதான் சொல்வேன்" என்று கூறினான். அவன் தொடர்ந்து பேச வந்தான். ஆனால், நீதிபதிக் குழுத் தலைவர் குறுக்கிட்டு, "இது போதும், நன்றி" என்றார். அப்போது வாய்ப்பூட்டு போடப்பட்டவன்போல் செலெஸ்த் நின்றிருந்தான். இன்னும் கொஞ்சம் பேச விரும்புவதாகக் கூறினான். சுருக்கமாக இருக்கட்டும் என்று தெரிவிக்கப்பட்டது. இது ஒரு தன்னை மீறிய செயல் என்று மறுபடியும் சொன்னான். இதைக் கேட்ட நீதிபதிக் குழுத்தலைவர், "புரிகிறது. இது போன்ற தன்னை மீறிய செயல்களை விசாரித்துத் தீர்ப்பு கூறத்தானே நாங்கள் இங்கு கூடியிருக்கிறோம். நன்றி" என்றார். ஏதோ தன் அறிவுத்திறனும் நல்லெண்ணமும் தீர்ந்து விட்டதைப் போல் தெரிந்த செலெஸ்த் என் பக்கம் திரும்பினான். அவனது கண்களில் நீர் ததும்பி உதடுகள் துடிப்பது போல் இருந்தது. இதற்குமேல் என்ன செய்யட்டும் என்று என்னைப் பார்த்துக் கேட்பதாக இருந்தது அவனது பார்வை. நானோ எதுவும் பேசவில்லை. அவனைப் பார்த்து எவ்விதச் சைகையும் காட்டவில்லை. ஆனால், வாழ்க்கையில் முதல் முறையாக ஒருவனை அணைத்து முத்தமிட வேண்டும்போல் இருந்தது. அவன் போகலாம் என நீதிபதிக் குழுத்தலைவர்

மீண்டும் அவனைப் பார்த்துச் சொன்னார். செலெஸ்தும் தன் இருக்கைக்குத் திரும்பினான். தொடர்ந்து நடந்த விசாரணை முழுவதையும் கவனித்தபடி அவன் அங்கேயே உட்கார்ந்திருந்தான். சற்றே முன்பக்கமாகக் குனிந்து, முட்டிமீது முழங்கைகளை ஊன்றி, கையில் தொப்பியுடன் எல்லாவற்றையும் கேட்டுக்கொண்டிருந்தான்.

அடுத்து மரி உள்ளே வந்தாள். தொப்பியுடன் அவள் மேலும் அழகாக இருந்தாள். எனினும், அவள் தொப்பியில்லாமல் கூந்தலைத் தொங்கவிட்டு வருவதே எனக்கு அதிகம் பிடிக்கும். லேசான எடையுள்ள அவளது மார்பகங்களை நான் இருந்த இடத்தில் இருந்தே கணிக்க முடிந்தது. அவளது கீழ் உதடு சற்றே வீங்கியபடியே இருந்ததை இன்னும் பார்க்க முடிந்தது. அவள் மிகவும் பரபரப்பாகத் தெரிந்தாள். அவளிடம் நேரடியாக எத்தனை நாட்களாக என்னைத் தெரியும் என்று விசாரித்தனர். எங்கள் நிறுவனத்தில் அவள் வேலை பார்த்த காலத்தைக் கூறினாள். என்னுடனான உறவு எத்தகையது என்று நீதிபதிக் குழுத்தலைவர் கேட்டபோது, நாங்கள் இருவரும் நண்பர்கள் என்று சொன்னாள். மற்றொரு கேள்விக்குப் பதில் கூறும்போது, என்னைத் திருமணம்செய்ய இருந்தது உண்மைதான் என்றாள். கோப்பு ஒன்றைப் புரட்டியபடியே அரசு வழக்குரைஞர், எப்போது முதல் எங்களிடையே நெருங்கிய உறவு உண்டானது என்று வெடுக்கெனக் கேட்டார். அவள் அந்தத் தேதியைக் குறிப்பிட்டாள். அதாவது அம்மா இறந்த மறுநாள் என்பதை அரசு வழக்குரைஞர் (அலட்சியப் பார்வையுடன்) குறிப்பிட்டார். பிறகு, ஒருவித எள்ளல் தொனியில், தான் தர்மசங்கடமான இந்த விஷயத்தில் அதிகம் விவாதிக்க விரும்பவில்லை என்றார். ஏனெனில், மரியின் மன உளைச்சலைத் தன்னால் புரிந்து கொள்ள முடிவதாகவும், எனினும் (இப்போது கொஞ்சம் கடுமையான தொனியில்) தனிப்பட்டவர்களின் நாகரிகம் தொடர்பான விஷயங்களுக்கு அப்பால் கடமைசெய்ய வேண்டிய நிலையில் தான் இருப்பதாகவும் கூறினார். எனவே, எங்களிடையே சந்திப்பு நடந்த அந்த நாளில் என்னவெல்லாம் நடந்தது என்று விவரமாகச் சொல்லும்படி மரியிடம் கேட்டார். மரிக்கு விருப்பமில்லை என்றாலும் அரசு வழக்குரைஞர் வற்புறுத்திக் கேட்கவே, குளிக்கச் சென்றது, திரைப்படத்துக்குப் போய் ஒன்றாக வீடு திரும்பியது என எல்லாவற்றையும் குறிப்பிட்டாள். விசாரணை அதிகாரியிடம் மரி ஏற்கெனவே தந்துள்ள வாக்குமூலத்தின் அடிப்படையில் அந்தத் தேதியில் ஓடிக்கொண்டிருந்த திரைப்படங்களின் பட்டியல் தன்னிடம் இருப்பதாகவும் எனவே அன்று அவர்கள் எந்தப் படத்துக்குச்

சென்றார்கள் என்பதை மரியே சொல்லட்டும் என்றும் கூறினார். ஏறக்குறைய தளர்ந்த குரலில், அது ஒரு ஃபெர்நாந்தேல் படம் என்றாள். அவள் சொல்லி முடிக்கும்போது அந்த அறையே நிசப்தமாக இருந்தது. அப்போது எழுந்த அரசு வழக்குரைஞர் கடுமையான முறையில் என்னைப் பொறுத்தவரை மிகவும் உணர்ச்சிவசப்பட்டவராக என் பக்கம் விரலால் சுட்டி, பொறுமையாகத் தன் வாதத்தை எடுத்து வைத்தார். "மேன்மை தாங்கிய நீதிபதிகளே, தன் அம்மா இறந்த மறுநாள் இந்த மனிதர் நீச்சலுக்குச் சென்றிருக்கிறார், அசாதாரணமானதொரு தொடர்பில் இருந்துள்ளார். நகைச்சுவைப் படம் ஒன்றைப் பார்த்துச் சிரித்து மகிழ்ந்திருக்கிறார். இதற்குமேல் சொல்ல என்னிடம் எதுவும் இல்லை" என்று கூறி முடித்தார். அறை தொடர்ந்து அமைதியாக இருக்க அவர் உட்கார்ந்தார். இதற்குள் திடீரென மரி வாய்விட்டு அழ ஆரம்பித்தாள். "தான் சொல்ல வந்தது அது கிடையாது, வேறு ஒன்று" என்று கூறிய அவள், தான் நினைத்ததைச் சொல்ல முடியாமல் நேர் எதிராக சொல்லும்படி ஆக்கிவிட்டார்கள் என்றாள். என்னைப் பற்றி நன்றாகத் தெரியும் என்று சொன்ன அவள், நான் எந்தத் தவறும் செய்யவில்லை என்றும் சொல்லி அழுதாள். அதற்குள் நீதிபதிக் குழுத்தலைவர் சைகை காட்டவே, நீதிமன்ற எழுத்தர் அவளை அங்கிருந்து அழைத்துச்சென்றார். விசாரணையும் தொடர்ந்து நடந்தது.

அடுத்ததாக மசோன் வந்தான். நான் பண்பானவன் என்றும், இன்னும் கேட்டால் மிகவும் நல்லவன் என்றும் கூறியது யார் காதிலும் விழுந்திருக்காது. அதேபோல் சாலமானோ கூறியதும் எல்லோருக்கும் கேட்டிருக்காது. தன் நாய் விஷயத்தில் நான் மிகவும் அன்பாக நடந்துகொண்டதை மறக்க முடியாது என்றார். என் அம்மா குறித்த ஒரு கேள்விக்கு, அம்மாவிடம் முன்பைப்போல் பேசுவதற்கு எதுவுமில்லாமல் போன நிலையில்தான் நான் அவரை முதியோர் இல்லத்தில் சேர்த்தேன் எனத் தெரிவித்தார். "இதனை நாம் புரிந்துகொள்வது அவசியம். புரிந்துகொண்டாக வேண்டும்" என்றார் சாலமானோ. எனினும், யாருக்கும் புரிந்ததாகத் தெரியவில்லை. அவரையும் அங்கிருந்து அழைத்துச்சென்றனர்.

அதன் பிறகு, கடைசியாகச் சாட்சி சொல்ல ரெமோன் வந்தான். என்னைப் பார்த்து லேசாகக் கையசைத்துவிட்டு நேரடியாக நான் குற்றமற்றவன் என்றான். ஆனால், நீதிபதிக் குழுத் தலைவர் குறுக்கிட்டு, அவனிடம் கேட்க விரும்புவது தனிப் பட்ட மதிப்பீடுகளை அல்ல உண்மையான விஷயங்களைத் தான் என்று அறிவித்தார். எனவே, கேட்கும் கேள்விகளுக்குத் தயாராக இருக்கும்படி சொன்னார். பலியான நபருக்கும்

அவனுக்கும் இடையே இருந்துவந்த தொடர்பு குறித்து ரெமோனிடம் கேட்டார். இந்த வாய்ப்பைப் பயன்படுத்திக் கொண்ட ரெமோன், பலியான நபரின் சகோதரியைத் தான் அடித்த நாள்முதலே அவன் தன் மீது கோபத்தில் இருந்ததாகக் கூறினான். அப்படியானால் பலியானவன் என்னை வெறுக்கக் காரணமே இல்லையா என்று நீதிபதிக் குழுத்தலைவர் கேட்டார். அன்று கடற்கரையில் நான் இருந்தது தற்செயலானது என்று ரெமோன் கூறினான். அப்படியென்றால் இந்தச் சம்பவத்தின் தொடக்கப்புள்ளியான அந்தக் கடிதம் எப்படி என்னால் எழுதப்பட்டது என்று அரசு வழக்குரைஞர் கேள்வி எழுப்பினார். அது தற்செயலாக நிகழ்ந்தது என்று ரெமோன் பதில் சொன்னான். இந்த வழக்கில் தற்செயல் என்பது ஏற்கெனவே மனசாட்சிக்கு எதிராகப் பல தீச்செயல்களைச் செய்துவிட்டது என்று அவர் கருத்துத் தெரிவித்தார். அத்துடன், தற்செயலாகத்தான் ரெமோன் தன் ஆசை நாயகியை அடித்த போது நான் குறுக்கிடாமல் இருந்தேனா, தற்செயலாகத்தான் காவல் நிலையத்தில் சாட்சி சொல்லச் சென்றேனா, அவ்வாறு கூறப்பட்ட சாட்சியம் அவனுக்கு வசதியாக அமைந்ததும் தற்செயலாகத்தானா என்று தெரிந்துகொள்ள விரும்புவதாக அவர் கூறினார். முடிப்பதற்கு முன், ரெமோனுக்கு வருமானம் எப்படி வருகிறது என்று கேட்டார். அவன் "பண்டகக் காப்பாளர்" என்று கூற, பெண் தரகர் என்பதுதான் ஊரில் இவருக்குள்ள பெயர் என்று நீதிபதிக்குழுவிடம் அரசு வழக்குரைஞர் தெரிவித்தார். நான் அவனுக்கு உடந்தையாக இருக்கும் நண்பன் என்றும் கூறினார். இது ஒரு வஞ்சகமான குற்றம். மிகவும் கீழ்த்தரமானதும்கூட. இது மேலும் இழிவானதாக மாறியதற்குக் காரணம் இதில் தொடர்புடைய ஒழுக்கமற்ற விகாரமான நபர். தன் மறுப்பினையும் வாதத்தையும் எடுத்துவைக்க ரெமோன் முயன்றான். என் வழக்குரைஞரும் அரசு வழக்குரைஞரின் கருத்துக்கு எதிர்ப்புத் தெரிவித்தார். எனினும், அரசு வழக்குரைஞர் தன் வாதத்தை முடிக்கட்டும் என்று அவர்களிடம் கூறப்பட்டது. இதனைத் தொடர்ந்து அரசு வழக்குரைஞர், "இன்னும் சில விஷயங்களை மட்டும் கேட்டு முடிக்கிறேன். இவர் உங்கள் நண்பரா?" என்று ரெமோனிடம் கேட்டார். "ஆமாம், எனக்கு நெருக்கமானவன்" என்றான். இதே கேள்வியை அரசு வழக்குரைஞர் என்னிடமும் கேட்டார். நான் ரெமோனைப் பார்த்தேன். அவன் என்னையே பார்த்தபடி நின்றிருந்தான். "ஆமாம்" என்றேன். அரசு வழக்குரைஞர் நீதிபதிகளைப் பார்த்து, "தன் அம்மா இறந்த அடுத்த நாளே தலைக்குனிவை ஏற்படுத்தக்கூடிய சிற்றின்பத்தில் ஈடுபட்டிருக்கும் இதே நபர்தான் அற்ப காரணங்களுக்காகவும்,

வெளியில் சொல்ல முடியாத குற்றச் செயல் தொடர்புடைய சண்டை ஒன்றில் தீர்வு காண ஒரு கொலை செய்திருக்கிறார்" என்றுகூறித் தன் வாதத்தை முடித்துவிட்டு அமர்ந்தார்.

பொறுமையிழந்த என் வழக்குரைஞர் எழுந்து குரலை உயர்த்திப் பேசிய வேகத்தில் மடித்துவிடப்பட்டிருந்த கஞ்சி போட்ட அவரது சட்டையின் கை மடிப்புகள் கலைந்து தொங்கின. "என்னதான் சொல்கிறீர்கள்? இவர்மீது சுமத்தப் பட்டுள்ள குற்றம் என்ன? அம்மாவை அடக்கம் செய்ததாகவா இல்லை கொலை செய்ததாகவா?" பார்வையாளர்கள் சிரித்து விட்டார்கள். ஆனால், அப்போது எழுந்த அரசு வழக்குரைஞர், அங்கியைச் சரி செய்துகொண்டு, எதிர்த்தரப்பு வழக்குரைஞரைப் போல் அப்பாவியாக இருந்தால் மட்டுமே இந்த இரண்டு விஷயங்களுக்கும் இடையே அடிப்படையான, ஆழமான, துயரத்துக்குரிய தொடர்பு உள்ளதைக் கவனிக்காமல் இருக்க முடியும் என்றார். மேலும், குரலை உயர்த்தி, "இப்போதும் உறுதியாய்க் குற்றஞ்சாட்டுகிறேன். இந்த நபர் குற்றவாளிக்கான மனதுடனே தன் தாயை அடக்கம் செய்துள்ளார்" என்று கூறினார். அங்கு கூடியிருந்தவர்களிடையே இந்த முழக்கம் பெருமளவு தாக்கத்தை ஏற்படுத்தியதைப் போல் இருந்தது. என் வழக்குரைஞரோ தோள்களைக் குலுக்கியபடி நெற்றிமீது துளிர்த்த வியர்வையைத் துடைத்தார். அவரே அதிர்ச்சிக்குள் ளானவராகத் தான் தெரிந்தார். நடந்துகொண்டிருப்பவை எனக்குச் சாதகமாக இல்லை என்பது புரிந்துவிட்டது.

அன்றைய விசாரணை முடிந்தது. நீதிமன்றத்திலிருந்து வெளியே வந்து கைதிகளை ஏற்றிச்செல்லும் வாகனத்தில் ஏறிய அந்தக் குறுகிய இடைவெளியில் கோடைக்கால மாலைப்பொழுதின் மணம், நிறம் ஆகியவற்றை உணர்ந்தேன். அதன் பின், நகரும் அந்தச் சிறைக்கூடத்தின் இருட்டில் இருந்தபடி எனக்கு விருப்பமான நகர் ஒன்றின் பரிச்சயமான சப்தங்களைக் கேட்டேன். அதீதச் சோர்வில் இருந்து எழுந்த என்னால் அவற்றை ஒன்றன்பின் ஒன்றாக இனங்காண முடிந்தது. இத்தகைய குறிப்பிட்ட நேரம்தான் எனக்கு மனநிறைவைத் தந்தது எனலாம். ஏற்கெனவே ஓய்ந்திருந்த தெருக்களில் செய்தித்தாள் விற்பவர்களின் கூச்சல், நகரச் சதுக்கத்தில் எஞ்சியிருக்கும் பறவைகள், சான்ட்விச் விற்கக் கூவுபவர்களின் சத்தம், நகரின் மேடான பகுதியில் திரும்பும்போது டிராம் வண்டிகள் பாதையைத் தேய்க்கும் சத்தம், துறைமுகத்தில் இருள் கவிந்து மூடும் முன் வானத்தில் கேட்கும் அந்தக் கீச்சொலி என அனைத்தும் சேர்ந்து எனக்கு பார்வையற்றவனுக்கான பாதையைப் போல் அமைந்திருந்தது. இப்பாதை நான் சிறைக்குப்

போகும் முன் நன்றாக அறிந்திருந்ததுதான். உண்மைதான், நீண்ட காலத்திற்கு முன்பு, இதுபோன்ற மாலை நேரங்களில் நான் மகிழ்ச்சியாக இருந்துள்ளேன். எனக்காக அப்போது காத்திருந்தது, கனவுகளற்ற சுகமான தூக்கம். இப்போது அதில் ஏதோ ஒரு மாற்றம். நான் சிறைச்சாலைக்குத் திரும்பிக் கொண்டிருக்கிறேன். எனக்காக அங்கு காத்திருப்பது அடுத்த நாளின் பதற்றம். கோடைக்கால வானத்தின் பரிச்சயமான பாதைகள் சலனமற்ற தூக்கங்களுக்குத்தான் கொண்டுசெல்லும் என்று கூற முடியாது. அவை சிறைச்சாலைகளுக்கும் அழைத்துச்செல்லலாம்.

◯

4

குற்றவாளிக் கூண்டில் நிறுத்தப்பட்டிருந் தாலும் நம்மைப் பற்றிப் பேசப்படுவதைக் கேட்பதற்குச் சுவாரசியமாகவே இருக்கும். அரசு வழக்குரைஞரும் என் வழக்குரைஞரும் எடுத்து வைத்த வாதங்களின்போது என்னைப் பற்றி நிறையப் பேசினார்கள். இன்னும் கேட்டால், நான் செய்த குற்றத்தைவிட என்னைப் பற்றியே அதிகமாகப் பேசியிருப்பார்கள் என்று நினைக்கிறேன். எப்படியும் இந்த இரண்டுபேர் வாதங்களுக்கும் இடையில் அதிக வித்தியாசம் இருக்கவில்லைதானே? என் வழக்குரைஞர் எழுந்து குற்றஞ்சாட்டப்பட்ட எனக்கு ஆதரவாக வாதாடினார் என்றாலும், துணையாகச் சில விளக்கங்களைக் கூறினார். ஆனால், அரசு வழக்குரைஞரோ எவ்வித விளக்கமும் இன்றி நான் குற்றவாளி என்றார். இதற்கிடையே ஒரு விஷயம் மட்டும் என்னைக் கவலையடையச் செய்தது. என் மனதைப் பல விஷயங்கள் குடைந்து கொண்டிருந்தாலும், விசாரணையின் இடையில் அவ்வப்போது குறுக்கிட வேண்டும்போல் இருந்தது. ஆனால், என் வழக்குரைஞரோ, "பேசாமல் இருங்கள்; உங்கள் வழக்குக்கு உங்கள் பேச்சு எந்த வகையிலும் பயன்படாது" என்று சொல்லியபடியே இருந்தார். இந்த வழக்குக்கும் எனக்கும் எந்தவிதத் தொடர்பும் இல்லை என்பது போல் அவர்கள் வழக்கை நடத்திக்கொண்டிருந் தார்கள். அனைத்தும் என்னுடைய குறுக்கீடு எதுவுமின்றி நடந்து வந்தது. எனது கருத்தைக்

கேட்காமலேயே என் விதியை நிச்சயிக்கும் வேலை நடந்தது. அவ்வப்போது எனக்கு ஒரு எண்ணம் தோன்றும். எல்லோரையும் இடைமறித்து, "எப்படிப் பார்த்தாலும் இங்கே குற்றச்சாட்டு யார்மீது? குற்றஞ்சாட்டப்பட்டவன்தான் முக்கியத்துவம் பெறுகிறான். சொல்வதற்கென என்னிடமும் சில விஷயங்கள் இருக்கின்றன" என்று சொல்ல நினைப்பேன். ஆனால், யோசித்துப்பார்த்தால் அவ்வாறு சொல்ல என்னிடம் எதுவுமில்லை. மேலும், நம்மைப் பற்றி மற்றவர்கள் கொண்டுள்ள ஆர்வத்தை ரசிப்பது நீண்ட நேரம் நீடிப்பதில்லை என்பதும் புரிந்துவிட்டது. அரசு வழக்குரைஞரின் வாதங்கள் எனக்குச் சீக்கிரத்திலேயே சலிப்பை உண்டாக்கின. அங்கொன்றும் இங்கொன்றுமாகச் சிலர் நடந்துகொண்ட முறை, நீண்ட குற்றச்சாட்டுகளில் தனித்ததொரு உரை ஆகியவை மட்டுமே என்மீது பாதிப்பை ஏற்படுத்தவோ என் சுவாரசியத்தைத் தூண்டவோ செய்தன.

என் கணிப்பு சரியாக இருக்குமென்றால், அரசு வழக்குரைஞரின் ஆழ்மனதில், இந்தக் கொலைக் குற்றத்தை நான் திட்டமிட்டே செய்தேன் என்ற எண்ணம்தான் இருந்தது; அவ்வாறு நிறுவிவிட வேண்டும் என அவர் முயன்றார். "பெரியோர்களே, நான் அதனை நிரூபித்துக் காட்டுகிறேன். அதுவும் சந்தேகத்துக்கு இடமின்றி. முதலில் தெள்ளத் தெளிவாக நம்முன் உள்ள விவரங்கள் மூலமாகவும் அதன் பிறகு இந்தக் கொலையாளியின் ஆன்மாவில் இருந்து எழும் மெல்லிய ஒளியின் துணையுடனும் அதனை நிரூபிப்பேன்" என்று அவரே அதனைக் குறிப்பிட்டார். என் அம்மாவின் மரணத்தில் தொடங்கி எல்லா விவரங்களையும் சுருக்கமாகக் கூறினார். என்னிடம் காணப்பட்ட உணர்ச்சியின்மை, என் அம்மாவின் வயதுகுறித்துக் கேட்டபோது என்னிடமிருந்த மெத்தனப் போக்கு, அம்மா இறந்த அடுத்த நாள் ஒரு பெண்ணுடன் நான் கடலில் குளிக்கச் சென்றது, ஃபெர்நாந்தேல் திரைப்படம் பார்க்கப் போனது, இறுதியில் மரியுடன் வீட்டுக்குத் திரும்பியது என அனைத்தையும் கூறினார். அவர் தொகுத்துக் கூறியதன் கடைசிப் பகுதியைப் புரிந்துகொள்ளச் சிறிது நேரம் பிடித்தது. ஏனெனில், "அவனுடைய ஆசை நாயகி" என்று குறிப்பிட்டார். என்னைப் பொறுத்தவரை அவள் மரி மட்டுமே. அதன் பிறகு, ரெமோன் சம்பவத்துக்கு வந்தார். சம்பவங்களை அவர் விவரித்த முறையில் தெளிவில்லை என்று கூற முடியாது. அவர் கூறியவை அனைத்தும் சாத்தியமானவையே. ரெமோனுக்கு நான் கடிதம் எழுதிக்கொடுத்ததன் நோக்கம், அவனது ஆசைநாயகியை வரவழைத்து 'ஒழுக்கம் கெட்ட' அந்த மனிதனின் கொடுமைக்கு அவளை ஆளாக்க வேண்டும் என்பதுதான். ரெமோனுக்கு

எதிரானவர்களை வம்புக்கு இழுத்திருக்கிறேன். ரெமோனுக்குக் காயம் ஏற்பட்டுவிடுகிறது. அவனது துப்பாக்கியைத் தரும்படி கேட்டு வாங்கியிருக்கிறேன். பிறகு அதைப் பயன்படுத்தும் நோக்கத்துடன் அதே இடத்துக்குத் திரும்பியிருக்கிறேன். என் திட்டப்படியே அந்த அரேபிய இளைஞன்மீது சுட்டிருக்கிறேன். நான் காத்திருந்து பார்த்திருக்கிறேன். 'திட்டம் சரியான முறையில் நிறைவேறியதா' என்பதை உறுதிசெய்வதற்காக ஒரு விதத்தில் சிந்தித்து, நிதானமாக மேலும் நான்கு முறை சுட்டிருக்கிறேன்.

"பெரியோர்களே, எனவே முழு மனதுடன் இந்த மனிதன் கொலை செய்வதற்கு கடந்துவந்த சம்பவங்களின் கோர்வையை உங்களுக்கு இதுவரை தொகுத்துக் கூறினேன்" என்றார் அரசு வழக்குரைஞர். "இதனை வலியுறுத்திக் கூறக் காரணம், இது சாதாரணமானதொரு கொலை அல்ல. சந்தர்ப்ப சூழ்நிலையால் முன்பின் யோசிக்காமல் செய்த செயலாக இதனைக் கருத முடியாது. பெரியோர்களே, இந்த நபர் அறிவாளி. இவர் பேசுவதை நீங்கள் கேட்டுக்கொண்டுதானே இருந்தீர்கள். இவருக்குப் பதில் சொல்லத் தெரிந்திருக்கிறது. சொற்களின் மதிப்பும் தெரிந்திருக்கிறது. தான் என்ன செய்கிறேன் என்பதை உணராமல் செய்தவராக இவரைக் கருத முடியாது."

நான் அறிவாளி என்று கருதப்படுவதைக் கேட்கவும் கவனிக்கவும் செய்தேன். ஆனால், சராசரி மனிதன் ஒருவனிடம் சிறந்த குணநலன்களாகக் கருதப்படும் அம்சங்கள் எவ்வாறு குற்றவாளி ஒருவனுக்கு எதிரானவையாக மாற முடியும் என்பதை என்னால் புரிந்துகொள்ள முடியவில்லை. ஒரு வகையில் அதுதான் என்னை அதிர்ச்சிக்குள்ளாக்கியது என்று சொல்லலாம். அதன் பிறகு அரசு வழக்குரைஞர் பேசிய எதையும் கவனிக்காமல் இருந்தேன். ஒரு கட்டத்தில் அவர் கூறியவை என் காதில் விழவும் கவனிக்க ஆரம்பித்தேன். "பெரியோர்களே, தன் செயல்களுக்கு இந்த நபர் வருத்தமாவது தெரிவித்தாரா என்றால் இல்லவே இல்லை. இந்த விசாரணையின்போது ஒருமுறைகூடத் தான் இழைத்துவிட்ட கொடூரமான குற்றத்தினால் பாதிக்கப்பட்டிருப்பதாகவும் தெரியவில்லை." இதைக் கூறும்போது, என் பக்கம் திரும்பி என்னைச் சுட்டிக் காட்டிப் பேசினார். தொடர்ந்து என்னை அவர் சாடியபடியே இருந்தது ஏன் என்பது உண்மையிலேயே எனக்குப் புரியவில்லை. அவர் சொல்வது சரிதான் என்பதை நிச்சயமாக ஏற்றுக்கொள்ளாமலும் இருக்க முடியவில்லை. ஏனெனில், என் செயல்களுக்காக நான் அவ்வளவாக வருந்தவில்லைதான். ஆனால், அதற்காக இந்த அளவு அவர் முனைப்புக் காட்டியது

எனக்கு ஆச்சரியமாக இருந்தது. எந்த விஷயத்துக்கும் என்னால் உண்மையிலேயே வருத்தப்பட முடிந்ததில்லை என்பதை அவரிடம் தோழமையுடனும், சொல்லப்போனால் பரிவுடன் கூட விளக்க விரும்பினேன். இன்றோ நாளையோ உடனே நடக்கவிருக்கும் விஷயத்தில் மட்டுமே ஈடுபாடு காட்டுவது என் வழக்கம். ஆனால், அப்போது நான் இந்தத் தொனியில் யாரிடமும் பேச முடியாத நிலையில் இருந்தேன். உணர்வு களையோ நல்லெண்ணத்தையோ வெளிப்படுத்த உரிமை யற்றவனாக இருந்தேன். அரசு வழக்குரைஞர் இம்முறை என் ஆன்மா குறித்துப் பேச ஆரம்பித்ததால் அவரைத் தொடர்ந்து கவனிக்க முயன்றேன்.

“மதிப்பிற்குரிய நீதிபதிகளே, இவரது ஆன்மாவை ஊடுருவிப் பார்த்தேன் அதில் எதுவுமில்லை” என்ற அவர், உண்மையில், எனக்கு ஆன்மா என்பதே இல்லை; மனிதாபி மான அம்சம் எதுவும் இல்லை; மனித மனதைப் பாதுகாக்கும் ஒழுக்க நெறிகளில் ஒன்றுகூட எனக்கு எட்டும் தூரத்தில் இல்லை என்றும் கூறினார். “இதற்காக நான் அவர்மீது குறை சொல்ல முடியாதுதான். அவரால் அடைய முடியாத ஒன்று அவரிடம் இல்லாததற்கு அவரைக் குறை சொல்ல முடியாது. எனினும், இந்த நீதிமன்றத்தைப் பொறுத்தவரை, சகிப்புத் தன்மை என்ற எதிர்மறையான பண்புக்கு இடம் தராமல் நீதியை நிலைநாட்டுவது என்ற மேலான பண்பைக் கைக்கொள்ள வேண்டும். குறிப்பாக, இந்த மனிதரின் இதயத்தில் காணப்படும் வெறுமை சமுதாயத்தையே விழுங்கிவிடக்கூடிய அபாயமாக இருக்கும்போது இது மிகவும் அவசியமாகும்” என்று வாதிட்டார். இந்த நேரத்தில்தான் நான் என் அம்மாவிடம் நடந்துகொண்ட விதத்தைப் பற்றிப் பேசினார். இதற்கு முன் நடந்த வாதங்களின்போது கூறியவற்றையே திருப்பிச் சொன்னார். என் குற்றத்தைப் பற்றிப் பேசியதைவிட இம்முறை அவருடைய வாதம் நீண்டதாக இருந்தது. எந்த அளவு விரிவாக என்றால் இறுதியில் அன்றைய பகல் பொழுதின் வெப்பத்தை மட்டுமே என்னால் உணர முடிந்தது. இந்த நிலை, அரசு வழக்குரைஞர் தன் பேச்சைச் சற்றே நிறுத்தி மீண்டும் உறுதியான முறையில் மிகவும் சன்னமான குரலில் தொடரும் வரை நீடித்தது. “பெரியோர்களே, இதே நீதிமன்றம் நாளை மிகவும் கொடிய குற்றத்திற்கான வழக்கில், அதாவது அப்பாவைக் கொன்றவரின் வழக்கில் தீர்ப்பளிக்க இருக்கிறது” அவரைப் பொறுத்தவரை, இத்தகைய கொடிய செயல் கற்பனைக்கு எட்டாதது. மனித இனத்தின் நீதி உறுதியாகத் தண்டனை அளிக்கும் என்று நம்பிக்கை தெரிவித்தார். ஆனால், குற்றத்தின் முன் எவ்வித உணர்ச்சியும் வெளிப்படுத்தாமல்

இருக்கும் இவரைப் பார்க்கும்போது தந்தையைக் கொலை செய்த பயங்கரம்கூட அதிகமாகத் தெரியவில்லை என்பதைக் கூறத் தயங்க மாட்டேன் என்றார். அவரைப் பொறுத்தவரை, தன் வாழ்க்கைக்குக் காரணமான தந்தையைக் கொலை செய்தவன் எந்த அளவு சமூகத்திலிருந்து விலகி நிற்கிறானோ அதே அளவு மனதளவில் தன் தாயைக் கொன்றவனும் விலகி நிற்கிறான். பார்க்கப்போனால், தந்தையைக் கொன்றவனுக்குத் தாயை மனத்தளவில் கொன்றவன் வழிகாட்டியாக இருக்கிறான். ஒரு வகையில் முன்னோடியாக இந்தக் குற்றச் செயல்களை நியாயப்படுத்துபவனாக இருக்கிறான்; சற்றே குரலை உயர்த்திய அரசு வழக்குரைஞர், "பெரியோர்களே, நான் இப்போது கூறுவது அதிகத் துணிச்சலான ஒன்று என்று கருத மாட்டீர்கள் என்று உறுதியாக நம்புகிறேன். இதோ இந்தக் குற்றவாளிக் கூண்டில் அமர்ந்திருக்கும் இவரே நாளை தீர்ப்பு அளிக்க இருக்கும் கொலைக்கும் காரணமான குற்றவாளி. எனவே, அதற்குத் தகுந்தவாறு இவருக்குத் தண்டனை வழங்கப் பட வேண்டும்", என்று கூறினார். அப்போது, வியர்வையால் மின்னிய தன் முகத்தைத் துடைத்துக்கொண்டார் அரசு வழக்குரைஞர். தன் கடமை வருத்தத்துக்குரியதாக இருந்தாலும் அதனை உறுதியுடன் நிறைவேற்ற இருப்பதாகக் கூறி முடித்தார். இந்தச் சமுதாயத்தில் எனக்கு இடமில்லை என்றவர் அதற்கான காரணத்தையும் சொன்னார். இச்சமுதாயத்தின் அடிப்படை நியதிகள் எனக்குத் தெரியாது என்றும் மனித மனதில் ஏற்படும் சாதாரண உணர்வுகள் கூட அறியாத நான் அதே மனித மனதிடம் கோரிக்கை வைக்க முடியாது என்றும் விளக்கினார். தொடர்ந்து பேசிய அவர் "இந்த மனிதனின் தலையைக் கோருகிறேன். அதையும் கனத்த இதயமின்றிக் கேட்கிறேன். ஏனெனில், இத்தனை நீண்டதொரு பணிக்காலத்தில் எத்தனையோ மரண தண்டனைகளுக்காக வாதாடும் வாய்ப்பு கிடைத்திருக்கிறது. ஆனால், இன்றுபோல நான் இவ்வளவு உறுதியாகக் கோரியதில்லை. புனிதமான நீதி நூல்களின் மூலம் பெற்ற அறிவுதான் பாரம் மிகுந்த என் கடமையை நிதானமாகவும் எளிதாகவும் தெளிவாகவும் நிறைவேற்ற இந்த அளவு உதவியது. அத்துடன், என் எதிரே இருக்கும் இந்த மனித முகத்தில் நான் உணரும் கொடூரமும் ஒரு காரணமாகும். இந்த முகத்தில் பேய்க்குணத்தைத் தவிர வேறெதுவும் எனக்குத் தெரியவில்லை" என்று கூறித் தன் வாதத்தை முடித்தார்.

அரசு வழக்குரைஞர் மீண்டும் உட்கார்ந்த பிறகு நீண்டதோர் அமைதி நிலவியது. வெப்பம், மலைப்பு ஆகியவற்றால் தலை கிறுகிறுத்தது. லேசாகச் செருமிக்கொண்ட

நீதிபதிக் குழுத் தலைவர் சன்னமான குரலில், ஏதாவது கூற விருப்பமா என்று என்னைப் பார்த்துக் கேட்டார். எழுந்து நின்றேன். ஏதாவது சொல்ல வேண்டும் என்று தோன்றியதால் "அந்த அரேபிய இளைஞனைக் கொலை செய்ய வேண்டும் என்ற எண்ணம் என்னிடம் இருந்ததில்லை" என்று சொன்னேன் (இதையும் தற்செயலாகவே கூறினேன்.) இது எனது உறுதிப்பாடு என்றும் இந்த விசாரணையில் இதுவரை என் தரப்பு பிரதிவாதம் இன்னதென்று சரியாக விளங்கிக்கொள்ள முடியவில்லை என்றும் கூறிய நீதிபதிக் குழுத்தலைவர், என் வழக்குரைஞரின் வாதத்தைக் கேட்கும் முன் என் செயலுக்கான காரணங்களை என்னிடம் தெளிவாகத் தெரிந்துகொள்ள விரும்புவதாகவும் தெரிவித்தார். கேலிக்குரிய என் நிலையை உணர்ந்தபடியும் வார்த்தைகள் தடுமாற, வெயில்தான் காரணம் என்று வேகவேகமாகக் கூறினேன். அந்தக் கூடத்தில் இருந்தவர்கள் சிரித்தார்கள். என் வழக்குரைஞர் சலிப்புடன் தோள்களைக் குலுக்கினார். வாதிடுமாறு அவர் அழைக்கப்பட்டார். ஆனால், நேரம் கடந்துவிட்டதாகவும், தன் வாதங்களை எடுத்துக்கூறப் பல மணிநேரம் ஆகும் என்பதால் பிற்பகலுக்கு விசாரணையை ஒத்திவைக்குமாறும் கோரினார். நீதிமன்றம் அதனை ஏற்றுக்கொண்டது.

பிற்பகலில் அந்த அறையிலிருந்த பெரிய மின்விசிறிகள் தொடர்ந்து வெப்பக் காற்றை வீசிக்கொண்டிருந்தன. நீதிபதிகளின் கைகளில் இருந்த சிறிய விசிறிகளும் அதேபோல் அசைந்தபடியே இருந்தன. என் வழக்குரைஞரின் முடிவான வாதம் ஒருபோதும் முடிவுபெறாது என்பதுபோல் நீண்டு கொண்டிருந்தது. எனினும் ஒரு கட்டத்தில் அவர் கூறியவற்றைக் கவனித்தேன். ஏனெனில், "நான் கொலை செய்தது உண்மை தான்" என்று குறிப்பிட்டார். அதன்பிறகு, என்னைக் குறித்துப் பேசும்போதெல்லாம் "நான்" என்றே தொடர்ந்து பேசினார். இது எனக்கு ஆச்சரியமாக இருந்தது. அங்கு இருந்த காவலர் ஒருவரின் பக்கமாகக் குனிந்து, இதற்கான காரணத்தைக் கேட்டேன். பேசாமல் இருக்கும்படி கூறிய அவர், சற்று நேரமானதும், "அனைத்து வழக்குரைஞர்களும் அப்படித்தான் பேசுவார்கள்" என்றார். எனக்கு என்னவோ, இந்த வழக்கிலிருந்து என்னை விலக்கிவைத்து என்னை ஒன்றுமில்லாமல் பூஜ்ய மாக்கிவிட்டு, ஒரு விதத்தில் பார்த்தால், எனக்குப் பதிலாக இயங்கும் நடவடிக்கையாகத் தெரிந்தது. எப்படியும் இந்த வழக்குமன்ற அறையிலிருந்து நான் ஏற்கெனவே வெகு தூரத்தில் இருந்தேன் என நினைத்தேன். என் வழக்குரைஞரும் கேலிக்குரியவராகத் தெரிந்தார். என் செயலுக்கான

காரணங்களை மிக வேகமாக எடுத்துக்கூறி வாதம்செய்த அவரும் பிறகு என் ஆன்மாவைப் பற்றிப் பேசினார். ஆனால், அரசு வழக்குரைஞரைவிடத் திறமை குறைந்தவராகத் தெரிந்தார். "நானும் இவரது ஆன்மாவுக்குள் ஊடுருவிப் பார்த்தேன். ஆனால், அரசின் மேன்மைமிகு பிரதிநிதிக்கு மாறாக, இவரது ஆன்மாவில் சில விஷயங்களைக் கண்டதுடன் திறந்த புத்தகம்போல் அவற்றைத் தெளிவாக வாசித்துப் புரிந்து கொள்ள முடிந்தது என்பேன்" என்றார். நான் நேர்மையானவன், என்னை வேலைக்கு அமர்த்தியவரிடம் ஒழுங்காகவும் சோர்வின்றியும் விசுவாசமாகவும் உழைத்தவன் என்றும் அனைவராலும் நேசிக்கப்பட்டவன், அடுத்தவர் துயரங்களில் பங்கு பெறுபவன் என்றும் அந்தப் புத்தகத்திலிருந்து அவர் அறிந்துள்ளார். அவரது பார்வையில், தன்னால் இயன்றவரை தாயைப் பராமரித்த லட்சிய மைந்தனாகத்தான் நான் இருந்தேன். இறுதியாக, என் அம்மாவுக்குத் தேவையானவற்றைச் செய்து கொடுக்க எனது பொருளாதாரம் இடம் கொடுக்கவில்லை என்று தெரிந்தபோதுதான், முதியோர் இல்லத்தில் அவை கிடைக்கும் என்ற நம்பிக்கை எனக்கு ஏற்பட்டிருக்கிறது. "பெரியோர்களே, இந்த முதியோர் இல்லம் குறித்து ஏன் இவ்வளவு விமர்சனம் என்று எனக்குப் புரியவில்லை. ஏனெனில், இத்தனைக்கும் அந்த நிறுவனங்கள் அரசு உதவி பெறுபவை. இதில் இருந்தே அவற்றின் பயனும் மேன்மையும் உறுதி யாகின்றன" என்று குறிப்பிட்டார். என் அம்மாவின் நல்லடக்கம் பற்றி மட்டும் அவர் எதுவும் பேசவில்லை. அவரது வாதத்தின் போது இந்த விஷயம் இடம்பெறாததை உணர்ந்தேன். இந்த நீளமான உரைகள், என் ஆன்மாகுறித்து மணிக்கணக்காக, நாள்கணக்காகக் கழிந்த நேரம் இவையெல்லாம் சேர்ந்து என்னைக் கிறுகிறுக்க வைக்கும் நிறமற்றதொரு நீர்ச்சுழல் உருவானதைப்போல் தோன்றியது.

இறுதியில், என் நினைவில் நின்றது எதுவென்றால், என் வழக்குரைஞர் பேசிக்கொண்டே இருந்தபோது நீதிமன்ற அறைகள், கூடங்கள் ஊடாக ஒலித்த, தெருவில் ஐஸ் விற்றுச் சென்றவர் எழுப்பிய டிரம்பட்டின் ஒலி மட்டுமே. இனி எனக்குச் சொந்தமில்லை என்று ஆகிவிட்ட வாழ்க்கையின் நினைவு களால் நான் தாக்கப்பட்டேன். அந்த வாழ்க்கையில்தான் மிகவும் எளிமையானவை மட்டுமல்ல உறுதியான இன்பங்களைக் கண்டிருக்கிறேன். கோடைக்கால மணங்கள், நான் மிகவும் விரும்பிய என் வசிப்பிடப்பகுதி, மரியின் உடைகள், அவளது சிரிப்பு, நான் ரசித்த மாலைநேர வானம் எனப் பல மகிழ்வான அம்சங்கள். இந்த இடத்தில் நான் பயனற்ற வகையில் செய்து

கொண்டிருந்த அத்தனை விஷயங்களும் சேர்ந்து என் தொண்டையை அடைத்தன. எனக்கு இருந்த ஒரே அவசர வேலை விசாரணையை விரைவாக முடித்துக்கொண்டு சிறைச்சாலைக்குச் சென்று தூங்க வேண்டும் என்பதுதான். அந்த நேரம் என் வழக்குரைஞர் முடிவுரையாக உரத்தக் குரலில் கூறியவை ஓரளவே என் காதில் விழுந்தன. ஒரே கணத்தில் தன் நிலை தடுமாறித் தவறு இழைத்ததற்காக நேர்மையான ஊழியர் ஒருவருக்கு மரண தண்டனை வழங்க நீதிபதிகள் விரும்ப மாட்டார்கள். மேலும், குற்றம் செய்துவிட்ட நினைவால் இறுதிவரை நிலைத்திருக்கும் மனஉளைச்சலே உறுதியான தண்டனை என்றும் அதனை ஏற்கெனவே நான் அனுபவித்து வருவதாகவும் கூறிய அவர், தவிர்க்கமுடியாத சூழ்நிலையில் இழைக்கப்பட்ட குற்றம் என்ற அடிப்படையில் கருணை காட்டுமாறும் கோரி முடித்துக்கொண்டார். நீதிமன்ற விசாரணை ஒத்திவைக்கப்பட என் வழக்குரைஞர் சோர்ந்துபோன முகத்துடன் உட்கார்ந்தார். ஆனால், அவருடன் பணியாற்றும் வழக்குரைஞர்கள் அவர் அருகில் வந்து கை குலுக்கினர். "அபாரம்" என்று ஒருவர் கூறியது என் காதில் விழுந்தது. அவர்களில் ஒருவர், என் கருத்தையும் கேட்பதுபோல்,"அப்படித்தானே" என்று கேட்டார். அவர் கூறியதை ஆமோதித்தேன். ஆனால், நான் மனப்பூர்வமாக அவ்வாறு கூறவில்லை. இல்லை. ஏனெனில், அப்போது நான் மிகவும் களைத்துபோய் இருந்தேன்.

இதற்கிடையே வெளியே சூரியன் கீழே இறங்கியதால், வெப்பமும் முன்புபோல் அதிகமாக இல்லை. வீதியில் கேட்ட சத்தங்கள்மூலம் அந்திப் பொழுதின் வருகையையும் இனிமையையும் உணர முடிந்தது. நாங்கள் அனைவரும் அந்த இடத்தில் காத்துக்கொண்டிருந்தோம். எனினும், நாங்கள் காத்துக்கொண்டிருந்த விஷயத்தில் எனக்கு மட்டுமே தொடர்பு இருந்தது. மீண்டும் அந்த அறையைப் பார்த்தேன். அனைத்தும் முதல் நாள் எவ்வாறு இருந்தனவோ அதே நிலையில்தான் இருந்தன. சாம்பல்நிற அங்கியுடன் இருந்த இளம் பத்திரிகையாளன், எந்திரகதியில் நடமாடும் பெண் ஆகியோரை நான் பார்த்தபோது அவர்களும் என்னைப் பார்த்தார்கள். விசாரணை முழுவதும் மரியை என் கண்கள் தேடவில்லை என்பது அப்போது நினைவுக்கு வந்தது. அவளை நான் மறந்துவிடவில்லை. ஆனால், எனக்குப் பல வேலைகள் இருந்தன. செலெஸ்த், ரெமோன் இருவருக்கும் இடையில் அவள் இருந்ததைப் பார்த்தேன். என்னைப் பார்த்து அவள் காட்டிய சைகை, "ஒருவழியாக முடிவுக்கு வந்தது" என்பது

போல் இருந்தது. அவளது சிரித்த முகத்தில் சற்றே கவலை இருப்பது தெரிந்தது. என் இதயம் முடங்கிக் கிடந்ததால் பதிலுக்கு அவளைப் பார்த்துப் புன்னகைக்கக்கூட இல்லை.

நீதிபதிகள் அனைவரும் இருக்கைக்குத் திரும்பினர். நீதிபதிகள் அடங்கிய குழுவுக்கென விரைவாகச் சில கேள்விகள் வாசிக்கப்பட்டன. "கொலைக்குற்றம் முன்னதாகத் திட்டமிடப் பட்டது…" "தவிர்க்கமுடியாத சூழ்நிலை" போன்ற சொற்கள் காதில் விழுந்தன. குழு உறுப்பினர்கள் வெளியே சென்று விட்டார்கள். நான் முன்பு காத்திருந்த சிறிய அறைக்கு என்னை அழைத்துச்சென்றார்கள். என் வழக்குரைஞரும் வந்துசேர்ந்து கொண்டார். எப்போதும் இல்லாத அளவு தோழமையுடனும் நம்பிக்கையுடனும் என்னிடம் நிறையப் பேசினார். அனைத்தும் நல்லவிதமாக முடியும் என்றும் சில ஆண்டுக்காலச் சிறைவாசம் அல்லது கடுங்காவல் தண்டனையுடன் தப்பித்துவிடலாம் என்றும் நினைத்தார். எனக்குப் பாதகமாகத் தீர்ப்பு வந்தால் அதனை ரத்து செய்வதற்கான சாத்தியக்கூறு ஏதேனும் இருக்கிறதா என்று கேட்டேன். இல்லை என்றார். நீதிபதிகளுக்கு எதிரான வகையில் எவ்வித முடிவுக்கும் தான் வரக் கூடாது என்பதே அவரது உத்தியாக இருந்தது. எவ்விதக் காரணமும் இல்லாமல் எடுத்த எடுப்பில் எந்தவொரு தீர்ப்பும் அவ்வாறு ரத்து செய்யப்படுவதில்லை என்பதை விளக்கினார். அவர் கூறியது தெளிவாக இருப்பதாகத் தெரிந்ததுடன் அதிலுள்ள நியாயங்களும் விளங்கின. நடுநிலையாகப் பார்த்தால் அது நிச்சயம் இயல்பானதாகத் தோன்றியது. இல்லையென்றால், காகிதக் குவியல்தான் பயனின்றிச் சேரும். "எனினும், மேல்முறையீட்டிற்கான வாய்ப்பு உள்ளது" என்று கூறிய அவர், "நமக்குத் தீர்ப்பு சாதகமாகவே இருக்கும் என்று நம்பிக்கை இருக்கிறது" என்றார்.

நாங்கள் நீண்ட நேரம் காத்திருந்தோம். ஏறக்குறைய முக்கால் மணிநேரம் இருக்கும் என்று நினைக்கிறேன். சிறிது நேரம் கழித்து மணி அடித்தது. என் வழக்குரைஞர் வெளியே செல்லும் முன் என்னிடம், "நீதிபதிக் குழுத்தலைவர் தீர்ப்பை வாசிக்க இருக்கிறார். தண்டனை விதிக்கும்போதுதான் உங்களை நீதிமன்ற அறைக்குள் அழைத்துவருவார்கள்" என்றார். கதவுகள் மூடப்படும் சத்தம் கேட்டது. படிக்கட்டுகளில் சிலர் விரைவாகச் செல்லும் காலடி ஓசை காதில் விழுந்தது. ஆனால் அவர்கள் இருப்பது தூரத்திலா அருகிலா என்று தெரியவில்லை. பிறகு அந்த அறையில் தெளிவற்ற குரலொன்று எதையோ வாசிப்பது கேட்டது. மீண்டும் மணி அடிக்கும் சத்தம் விசாரணைக் கூண்டுக்கான கதவு திறக்கப்பட்டது; அந்த அறையில் நிலவிய

அமைதி என்னைச் சூழ்ந்தது. பார்வையை வேறு பக்கமாகத் திருப்பிக்கொண்ட இளம் பத்திரிக்கையாளனைக் கவனித்த போது எனக்கு உண்டான வினோதமானதொரு உணர்வும் சேர்ந்துகொண்டது. மரி இருந்த பக்கம் நான் திரும்பவில்லை. எனக்கு நேரமும் இல்லை. ஏனெனில், விசித்திரமானதொரு மொழி நடையில், பிரஞ்சு மக்களின் பெயரால் ஊர் சதுக்கம் ஒன்றில் என் தலை கொய்யப்படும் என்று நீதிபதிக் குழுத்தலைவர் அறிவித்தார். அப்போது அங்கிருந்த அனைவரது முகங்களிலிருந்தும் அவர்களுடைய உணர்வுகள் எனக்குப் புரிந்துவிட்டதைப்போல் தோன்றியது. என்மீது இரக்கம் உண்டாகியிருக்கும் என்று நினைக்கிறேன். காவலர்கள் என்னிடம் மிகவும் மென்மையாக நடந்துகொண்டார்கள். என் மணிக்கட்டின் மீது தன் கையை என் வழக்குரைஞர் வைத்தார். இப்போது, எதைப் பற்றியும் நினைக்காமல் இருந்தேன். எனினும், வேறு ஏதாவது கூற விருப்பமா என்று என்னைப் பார்த்து நீதிபதிக் குழுத்தலைவர் கேட்டார். யோசித்துப் பார்த்து, 'இல்லை' என்றேன். அதன் பின் தான் என்னை அங்கிருந்து அழைத்துச் சென்றார்கள்.

○

5

மூன்றாவது முறையாகச் சிறைப் பாதிரியாரைச் சந்திக்க நான் மறுத்திருந்தேன். அவரிடம் சொல்ல என்னிடம் எதுவுமில்லை. எதையும் பேச விருப்பமில்லை. வெகு விரைவில் நான் அவரைப் பார்த்துவிடுவேன். இப்பொழுது எனக்குள்ள ஆர்வமெல்லாம், நீதிமன்ற நடைமுறை களிலிருந்து தப்பிக்கும் வழியை அறிவதுதான்; தவிர்க்க முடியாத இந்த இக்கட்டிலிருந்து தப்பிப்பதற்கு ஏதேனும் வழி இருக்கிறதா என்று தெரிந்துகொள்வதுதான். நான் வேறு அறைக்கு மாற்றப்பட்டேன். இந்த இடத்தில் வசதியாக நீட்டிப் படுத்தால் வானம் தெரிகிறது. ஆம்! வானத்தை மட்டுமே என்னால் பார்க்க முடிகிறது. அதில் வண்ணங்கள் மங்கிப் படிப்படியாகப் பகல் இரவாகும் மாற்றத்தைப் பார்த்துக்கொண் டிருப்பதில் என் பொழுதுகள் கழியும். தலைக்குப் பின் கைகளை வைத்தபடி படுத்துக்கொண்டு காத்திருப்பேன். மரண தண்டனை விதிக்கப் பட்டவர்கள் யாராவது கடுமையான நீதிமன்ற நடைமுறைகளிலிருந்து தப்பியிருக்கிறார்களா, தண்டனை நிறைவேற்றப்படும் முன் காணாமல் போய் இருக்கிறார்களா, காவல் வளையத்தைத் தகர்த்து வெளியேறி இருக்கிறார்களா என்றெல்லாம் எத்தனை முறை யோசித்துப் பார்த்திருப்பேன் என்று தெரியவில்லை. மரண தண்டனை குறித்த கதைகள்மீது போதுமான கவனம் செலுத்தாததற் காக அந்தச் சமயங்களில் என்னையே நொந்து கொள்வேன். இதுபோன்றவற்றில் எப்போதும்

ஆர்வம்காட்ட வேண்டும். என்ன நடக்கும் என்று யாருக்குத் தெரியும். எல்லோரையும் போல்தான் நானும் நாளிதழ்களில் வந்த செய்தி அறிக்கைகளை வாசித்திருக்கிறேன். ஆனால், நிச்சயமாக இதுபோன்ற விஷயங்களுக்கான சிறப்புப் புத்தகங்கள் இருந்தன. அவற்றை வாசிக்க நான் ஒருபோதும் ஆர்வம் கொண்டதில்லை. அதுபோன்ற புத்தகங்களில், தப்பித்துச் செல்லும் நபர்களைப் பற்றிய கதைகளை வாசித்திருக்கக்கூடிய வாய்ப்பு ஏற்பட்டிருக்கும். குறைந்தபட்சம் ஒருமுறையாவது இந்த நடைமுறைச் சக்கரம் நின்றுபோயிருக்கும். திட்டமிட்டு நடைபெறும் இந்த உறுதியான செயல்திட்டத்தில் தற்செயல், நல்வாய்ப்பு ஆகியவை ஒரே ஒரு முறையாவது சிலவற்றை மாற்றியமைத்திருக்கும். இவற்றையெல்லாம் தெரிந்துகொண் டிருப்பேன். அதாவது ஒரே ஒருமுறைதான். ஒருவகையில் அந்த ஒருமுறையே எனக்குப் போதுமானதாக இருக்கும் என்று நினைக்கிறேன். மீதியை என் உள்ளம் செய்து முடித்திருக்கும். சமுதாயத்திற்கு ஒரு மனிதன் தீர்க்க வேண்டிய கடன்பற்றிச் செய்தித்தாள்கள் விவரிப்பது வழக்கம். அவர்களைப் பொறுத்தவரை, அந்தக் கடனைச் செலுத்தியாக வேண்டும். ஆனால், இதில் கற்பனைக்கு இடமில்லை. மாற்ற முடியாத இந்தச் சடங்குகளிலிருந்து தப்பித்துச் செல்லக்கூடிய சாத்தியக்கூறு ஒன்றுதான் இப்போதைக்கு முக்கியமாக இருந்தது. தப்பித்து விடுதலையாவதாக இருக்கலாம்; அதாவது நம்பிக்கையூட்டும் அத்தனை வாய்ப்புகளையும் வழங்கும் கண்மூடித்தனமான ஓட்டமாகவும் இருக்கலாம். நம்பிக்கை என்றால், ஓடிக்கொண்டிருக்கும்போதே தோராயமாகப் பாய்ந்துவரும் தோட்டாவால் தாக்கப்பட்டு ஏதோ ஒரு தெருமுனையில் வீழ்வதாகவும் இருக்கும் என்பது உண்மை தான். எனினும், எல்லாவற்றையும் நன்கு யோசித்துப்பார்த்த போது, இப்படி நினைத்துச் சுகம் காணும் வாய்ப்பு கூட எனக்கில்லை. அனைத்தும் அத்தகைய சாத்தியக்கூறுக்கு எதிராக இருந்தன. நடைமுறைச் சக்கரத்தில் மறுபடியும் சிக்குண்டிருந்தேன்.

எவ்வளவுதான் முயன்றாலும், மூர்க்கமான இந்த நிச்சய நிலையை என்னால் ஏற்றுக்கொள்ள இயலவில்லை. ஏனெனில், இத்தகைய நிச்சயமான நிலைக்கு அடித்தளமிட்ட தீர்ப்புக்கும், தீர்ப்பு கூறப்பட்ட பின் நடந்தேறிய மாற்ற முடியாத சம்பவங்களுக்கும் இடையேயான தொடர்பு நகைப்புக்குரிய அளவிலிருந்தது. மாலை ஐந்து மணிக்குப் பதிலாக இரவு எட்டு மணிக்குத் தீர்ப்பு வாசிக்கப்பட்ட நிலை, இந்தத் தீர்ப்பும் முழுமையாக வேறு மாதிரியாகவும் இருக்கலாம் என்ற நிலை,

தங்கள் உள்ளாடைகளை நாள்தோறும் மாற்றிக்கொள்பவர்
களால் வாசிக்கப்பட்டது, "பிரஞ்சு மக்களின் பெயரில்" என்று
மிகவும் மேலோட்டமாக வாசிக்கப்பட்ட விதம், (ஜெர்மன்
அல்லது சீன மக்களாகவும் இருக்கலாம்) இவை அனைத்தும்
சேர்ந்து இத்தகைய தீர்ப்பின் முக்கியத்துவத்தைப் பெரும்
அளவு நீர்த்துப்போக வைத்துவிட்டது என்றே தோன்றியது.
எனினும், தீர்ப்பு கூறப்பட்ட நொடியிலிருந்து இதோ தன்மீது
அழுந்தும் என் உடலைத் தாங்கி நிற்கிறதே இந்தச் சிறைச்சுவர்,
அதனைப்போல் அந்தத் தீர்ப்பின் விளைவுகளும் தீர்க்கமாகவும்
கடுமையாகவும் ஆகிவிட்டன என்பதை ஏற்றுக்கொள்வதைத்
தவிர எனக்கு வேறு வழியில்லை.

அந்த நேரத்தில், என் அப்பா தொடர்பாக அம்மா
என்னிடம் சொல்லும் சம்பவம் நினைவுக்கு வந்தது. என்
அப்பாவைப் பற்றி எதுவும் எனக்குத் தெரியாது. அவரைப்
பற்றி எனக்கு தெரிந்தவை எல்லாம் என் அம்மாமூலம்
அறிந்தவைதான். கொலைக் குற்றவாளி ஒருவரின் மரண
தண்டனை நிறைவேற்றப்படுவதைப் பார்க்க ஒருமுறை என்
அப்பா போயிருக்கிறார். அந்த இடத்துக்குப் போகிறோம்
என்ற எண்ணமே அவர் மனதைப் பாதித்துள்ளது. எப்படியோ
போய்விட்டார். ஆனால், வீட்டுக்குத் திரும்பியதும் காலை
முழுவதும் வாந்தி எடுத்தவாறு இருந்தாராம். இதைக் கேள்விப்
பட்டபோது என் அப்பாமீது எனக்குச் சிறிதளவு வெறுப்பு
ஏற்பட்டது. ஆனால், இப்போது என்னால் அவரைப் புரிந்து
கொள்ள முடிகிறது. அது இயல்புதான். மரண தண்டனை
நிறைவேற்றப்படும் சம்பவத்தைவிட முக்கியமானது எதுவும்
இல்லை என்பது எப்படி எனக்குப் புரியாமல் போனது?
உண்மையிலேயே ஒரு மனிதனுக்குச் சுவாரசியமான விஷயம்
அதுதானே. ஒருவேளை என்னைச் சிறையிலிருந்து விடுவித்தால்
எங்கு மரண தண்டனை நிறைவேற்றப்பட்டாலும் போய்ப்
பார்ப்பேன். இதுபோன்றதொரு சாத்தியக்கூறை நினைத்துப்
பார்ப்பதே தவறு என்று நினைக்கிறேன். ஏனெனில், என்றோ
ஒரு நாள் நான் சுதந்திர மனிதனாக, காவலர்களின் தடுப்பு
வேலிக்குப் பின்னால் – சிறைச்சாலைக்கு வெளியே – நின்றபடி,
மரண தண்டனையைக் காண வந்திருக்கும் பார்வையாள
ரான இருப்பதாகவும், பின்னர் வீட்டுக்குத் திரும்பி வாந்தி
எடுப்பதாகவும் நினைத்துப் பார்க்கும்போதே ஒருவிதக் குரூரச்
சந்தோஷம் உண்டாவதை உணர முடிகிறது. ஆனால் இவ்வாறு
தோன்றியது நியாயமில்லை. இது மாதிரியான கற்பனைகளில்
மனதை அலையவிட்டதே தவறுதான். ஏனெனில் சில
நொடிகளில் போர்வைக்குள் நடுங்கியபடியிருக்கும் அளவு என்

உடல் சில்லிட்டுப்போனது. பற்கள் கிடுகிடுப்பதை என்னால் தடுக்க முடியவில்லை.

இருப்பினும் என்ன செய்வது? உண்மையில் எல்லா நேரத்திலும் நம்மால் நியாயமாக இருந்துவிட முடியாது. உதாரணமாக, சில நேரங்களில் நானே சில சட்டங்களை இயற்றினேன். தண்டனை விதிகளைத் திருத்தி அமைத்தேன். தண்டனை விதிக்கப்பட்டவனுக்கு ஒரு வாய்ப்பு வழங்க வேண்டும் என்பதே அதில் முக்கிய அம்சம் என்பதைக் கண்டு கொண்டேன். ஆயிரத்தில் ஒரே ஒரு வாய்ப்புக் கிடைத்தாலும் போதும், பல பிரச்சினைகளைத் தீர்த்துவிடலாம். இப்படித் தான் ஒரு யோசனை தோன்றியது. சில ரசாயனங்களைக் கொண்ட கலவை ஒன்றை உட்கொள்ள வைக்கலாம். அதைச் சாப்பிடும் பத்தில் ஒன்பது நோயாளிகள் (இங்கு நோயாளி என்று நினைத்தேன்.) இறந்து போகும்படியாக இருக்கும். ஆனால், சாப்பிடும் நபருக்கு அது தெரிந்திருக்க வேண்டும் என்பதுதான் நிபந்தனை. ஏனெனில், எல்லாவற்றையும் நிதானமாக யோசித்துப்பார்த்தால் தலையைத் துண்டிக்கும் கத்தியில் இருந்த ஒரே குறை, இதுமாதிரியான வாய்ப்பு எதுவும் அதில் இல்லை; முற்றிலுமாக இல்லை என்பதுதான். சந்தேகத்துக்கு இடமின்றி நோயாளியின் மரணம் உறுதிசெய்யப்படுகிறது. இது ஒரு முடிந்த கதை, நன்கு முடிவு செய்யப்பட்ட ஏற்பாடு. ஏற்றுக்கொள்ளப்பட்ட இந்த ஏற்பாட்டில் மறுபரிசீலனைக்கே இடமில்லை. ஏதோ விசித்திரமாக ஒரு வேளை அந்தக் கத்தி துண்டிக்காமல் போனால், அனைத்தும் மீண்டும் முதலிலிருந்து ஆரம்பிக்கப்படும். இதில் கவலைக்குரிய விஷயம் என்ன வென்றால், தண்டனை விதிக்கப்பட்டவனே அந்தக் கருவி முதல்முறையே ஒழுங்காக இயங்க வேண்டும் என்று விரும்புவதுதான். இது தவறு என்கிறேன் நான். ஒருவிதத்தில் நான் சொல்வது சரிதான். ஆனால், சிறந்த அமைப்பின் சூட்சுமம் இதில்தான் அடங்கியிருக்கிறது என்பதையும் நான் ஒப்புக்கொண்டாக வேண்டியிருக்கிறது. அதாவது, தண்டனைக்குரியவனே ஒரு விதத்தில் தன் தண்டனைக்கு தார்மீகரீதியாக (மனப்பூர்வமாக) ஒத்துழைப்பது. சின்னத் தடைகூட இல்லாமல் எல்லாம் நேர்த்தியாக நடந்தேறினால் அவனுக்குத்தான் நல்லது.

இதுபோன்ற நடைமுறைகளில் தவறான தகவல்களையே இதுவரை தெரிந்துவைத்திருந்தேன். உதாரணமாக, (ஏன் என்று தெரியவில்லை) தண்டனை நிறைவேற்றப்படும் மேடைக்குப் போவதற்காகப் படிக்கட்டுகள் அமைக்கப்பட்டிருக்கும் என்று நினைத்தேன். 1789ஆம் ஆண்டு நடந்த பிரஞ்சுப் புரட்சியும் –

அதாவது அது தொடர்பாக எமக்குச் சொல்லப்பட்டவை, காட்டப்பட்ட படங்கள் ஆகியவை – காரணமாக இருக்கலாம். ஆனால், பரபரப்பாகப் பேசப்பட்ட ஒரு மரண தண்டனை தொடர்பாக ஒரு நாள் காலை செய்தித்தாள்களில் வெளியாகி யிருந்த நிழற்படம் நினைவுக்கு வந்தது. உண்மையில் அந்தக் கருவி மிகவும் சாதாரணமாகத் தரைமீது வைக்கப்பட்டிருந்தது. நான் நினைத்திருந்ததைவிட மிகக் குறுகலாக இருந்தது. அதற்குமுன் அந்த விஷயத்தைக் கவனிக்காமல் இருந்தது வேடிக்கைதான். படத்தில் பார்த்தபோது, நேர்த்தியும் துல்லியமும் பளபளப்பும் கொண்ட அந்தக் கருவியின் அம்சங்கள் என்னை வெகுவாகக் கவர்ந்துவிட்டன. தெரியாத ஒன்றைக் குறித்து நமக்கு எப்போதுமே மிகையான எண்ணங்கள் இருக்கும். இதற்கு மாறாக, இந்த விஷயத்தில் அனைத்தும் மிகவும் சாதாரணமாக இருக்கிறது என்று கூற வேண்டியதாகி விட்டது. அந்தக் கருவி, தன்னை நோக்கி நடந்துவரும் மனிதனுக்கு இணையான தரைமட்டத்தில் அமைக்கப் பட்டிருந்தது. அதை நோக்கிச் செல்பவன் வேறு ஒரு மனிதனை நோக்கி நடந்து செல்வதைப் போல இருக்கும். இத்தகைய அமைப்பும் எரிச்சலூட்டியது. தண்டனை மேடையை நோக்கி ஏறிச் செல்லுதல், வானத்தை எட்டிப் பிடிப்பதற்கு வருவதுபோல் இருந்தால் கற்பனைக்கு இடமிருக்கும். மாறாக, இந்தக் கருவி அனைத்தையும் சீர்குலைத்துவிட்டது. தண்டனை பெறுபவன் கொஞ்சம் அவமானத்துடனும் அதிகத் துல்லியத்துடனும் கொல்லப்படுகிறான்.

மேலும், இரண்டு விஷயங்கள் குறித்து எப்போதும் சிந்தித்தபடியே இருந்தேன். அவை விடியற்காலை நேரமும் என் மேல்முறையீடும்தான். இது சரியில்லை என்று எனக்குள் ளாகவே முடிவுக்கு வந்து இவற்றைப் பற்றி இனியும் நினைக்காமல் இருக்க முயற்சி செய்தேன். கை கால்களை நீட்டி ஓய்வெடுத்தவாறு வானத்தைப் பார்த்துக்கொண்டிருந்தேன். அதில் மனதை லயிக்கவைக்க முயன்றேன். வானத்தில் பசுமை படர இருட்டத் தொடங்கியது. என் சிந்தனைப்போக்கை மாற்ற மேலும் ஒரு முயற்சி எடுத்தேன். என் இதயத்துடிப்பை உற்றுக் கேட்கத் தொடங்கினேன். இத்தனை காலமாக என்கூடவே பயணம்செய்த இந்த ஓசை ஏதோ ஒரு நொடியில் அடங்கிவிடும் என்று என்னால் கற்பனை செய்ய இயல வில்லை. என்னிடம் எப்போதுமே அதிகக் கற்பனை இருந்த தில்லை. எனினும், என் இதயத்துடிப்பு மூளைக்கு எட்டாத துல்லியமான நொடியை மனத்திரையில் காண முயற்சித்துப் பார்த்தேன். முடியவில்லை. விடியற்காலையும் மேல் முறையீடும் நிலையாக இருந்தன. கடைசியில், எதார்த்தத்தை மாற்றுவதற்காக

வலிய என்னை நானே வருத்திக்கொள்ளக் கூடாது என்பது தான் நியாயமானதாக இருக்கும் என்ற முடிவுக்கு வந்தேன்.

பொதுவாக விடியற்காலை நேரத்தில்தான் அவர்கள் வருவார்கள் என்ற விஷயம் எனக்குத் தெரியும். எனவே, அத்தகைய அதிகாலை நேரத்தை எதிர்பார்த்துக் காத்திருப்பதில் என் இரவு நேரத்தைக் கழித்தேன். எதிர்பாராத நேரத்தில் அதிர்ச்சிக்குள்ளாவது எனக்கு எப்போதும் பிடிக்காது. எனக்கு ஏதாவது நேரும்போது, அது எனக்குத் தெரிந்து நடக்க வேண்டும் என்பதே என் விருப்பம். இதன் காரணமாகப் பகல் நேரத்தில் சிறிதளவு மட்டும் உறங்குவதும் இரவு முழுவதும் உறங்காமலேயே விழித்து இருப்பதுமாக நேரத்தைக் கழிக்க வேண்டியதாகிவிட்டது. விண்வெளியின் சாளரத்தில் ஒளி எப்போது தோன்றும் எனப் பொறுமையாகக் காத்திருந்தேன். கணிக்க முடியாத அந்தக் குறிப்பிட்ட நேரம்தான் போக்குவதற்கு மிகவும் கடினமான நேரம். அப்போதுதான் வழக்கமாக அவர்கள் செயல்படத் தொடங்குவார்கள் என்று எனக்குத் தெரியும். நள்ளிரவு கடந்தபின் கவனமுடன் அவர்களுக்காகக் காத்திருப்பேன். இத்தனை விதமான சத்தங்களை இதற்குமுன் என் காது கேட்டது கிடையாது; மெல்லிய ஒலிகூடத் துல்லியமாகக் காதில் விழுந்தது. அதே நேரத்தில், இந்தக் காலகட்டம் முழுவதும், ஒரு வகையில் எனக்கு அதிர்ஷ்டம் என்று தான் சொல்வேன். ஏனெனில், காலடி ஓசை எதுவும் எனக்கு எப்போதும் கேட்டதில்லை. வாழ்க்கை துன்பமாகவே எப்போதும் இருக்காது என்று அம்மா அடிக்கடி சொல்வதுண்டு. அது சரி தான் என்பதைச் சிறையில் கண்டுகொண்டேன். வானத்தின் நிறம் மாறி என் அறைக்குள் புதிய நாள் ஒன்று மெல்லப் புகும்போது எனக்கு அது புரிந்தது. ஏனெனில், காலடி ஓசைகள் என் காதில் விழுந்து அதனால், என் நெஞ்சம் வெடித்திருக்க வாய்ப்பு இருந்தது. சிறியதொரு அதிர்வுகூட என்னைக் கதவருகே கொண்டுபோய் நிறுத்திவிடும்; அப்போது, அந்த மரக்கதவின் மீது காதை வைத்துக் கேட்பேன்; நான் சுவாசிப்பது எனக்கே கேட்கும் அளவுக்கு உன்னிப்பாகக் கவனிப்பேன்; நாய் ஒன்று களைத்துப்போய் மூச்சு வாங்குவதைப் போல அத்தனை கோரமாக இருப்பதைப் பார்த்துத் திகில் உண்டாகும்; இவை எல்லாம் நடந்தபோதும் என் நெஞ்சம் வெடித்துவிடவில்லை. எனவே எனக்கு மேலும் இருபத்தி நான்கு மணிநேரம் கிடைத்துவிட்டது என்று அர்த்தம்.

பகல் வேளை முழுவதும் நான் செய்யக்கூடிய மேல்முறையீடு குறித்த சிந்தனைதான். இந்த விஷயத்தையும் நன்றாகப் பயன்படுத்திக்கொண்டேன் என்றே நினைக்கிறேன்.

எனக்குக் கிடைத்த அனுபவங்களைக் கணக்குப் போட்டுப் பார்த்ததுடன் என் சிந்தனைகளிலிருந்து அதிகப்படியான பலனைப் பெற்றேன். எப்போதுமே மோசமான சாத்தியக் கூறை யோசித்துப்பார்ப்பேன். என் மேல்முறையீடு நிராகரிக்கப் பட்டது என்று கற்பனை செய்வேன். "பிறகு என்ன, நான் இறந்து விடுவேன்." அதாவது, மற்றவர்களைவிடச் சீக்கிரமாக என்பது தெளிவாகத் தெரிகிறது. வாழ்க்கை என்பது வாழ்வதற்குத் தகுதியானது இல்லை என்பது எல்லோருக்கும் தெரிந்ததுதான். ஆழ்ந்து சிந்தித்தால், முப்பது வயதில் இறப்பதும் எழுபது வயதில் இறப்பதும் ஒன்றுதான். ஏனெனில், இறக்கும் வயது எதுவாக இருந்தாலும், ஏனைய மனிதர்கள் அனைவரும் தொடர்ந்து வாழ்ந்துகொண்டுதான் இருப்பார்கள். பலநூறு ஆண்டுகளுக்கு இதே நிலைதான் இருக்கும். இது மிகவும் தெளிவாகத் தெரிந்த உண்மை. எனவே இப்போதோ இன்னும் இருபது ஆண்டுகள் கழித்தோ எப்போது இறந்தாலும் இறக்கப்போவது நான்தான். இப்படியெல்லாம் பார்க்கும்போது இன்னும் சிந்தித்துக் கழிக்க வேண்டிய இருபது ஆண்டுகள் இருக்கின்றன என்ற எண்ணம் என்னுள் பயங்கரமான எழுச்சியை உண்டாக்கிவிடும். அதுதான் எனக்குச் சிறிதளவு சங்கடத்தைத் தந்தது. எனினும், இதே விஷயம் குறித்துச் சிந்திக்க வேண்டிய கட்டாயம் இருபது ஆண்டுகள் கழித்து வரும்போது என் சிந்தனைப்போக்கு எப்படி இருக்கும் என்று கற்பனை செய்ததன் மூலம் அந்தச் சங்கடத்தையும் சமாளித்துவிட்டேன். இறப்பது என வந்துவிட்ட பிறகு எப்படி, எப்போது என்பதற்கெல்லாம் முக்கியத்துவம் எதுவுமில்லை என்பது தெரிந்ததுதான். எனவே, (இதுபோன்ற வாதங்களில் இந்த 'எனவே' வெளிப்படுத்தும் தர்க்கத்தை கவனிக்கத் தவற விடாமலிருப்பதுதான் கடினமான காரியம்) என் மேல்முறையீடு நிராகரிக்கப்படுவதை ஏற்றுக்கொள்ள வேண்டிய கட்டாயம் எனக்கு இருந்தது.

இந்த நேரத்தில், குறிப்பாக இந்த நேரத்தில் மட்டும், எனக்கு அந்த உரிமை இருந்தது என்று சொல்லாம். அதாவது, "எனக்கு மன்னிப்பு வழங்கப்படுகிறது" என்ற இரண்டாவது சாத்தியக் கூறை அணுகுவதற்கான அனுமதியை ஒரு வகையில் எனக்கு நானே வழங்கிக்கொண்டேன். இதில் பிரச்சினை என்ன வென்றால், அதீத சந்தோஷத்தில் என் கண்கள்வரை பொங்கிய ரத்தத்தைத் தணிப்பது கடினமாக இருந்தது. மனதின் இந்த ஆரவாரத்தைக் குறைத்து, நியாயமாகச் சிந்திப்பதற்கு என் முழு ஆற்றலையும் பயன்படுத்தினேன். முதலாவது சாத்தியக்கூறின் விஷயத்தில் நான் கடைப்பிடிக்கும் விரக்திப் போக்கு நடக்கக் கூடியதுதான் என்றால் இரண்டாவது சாத்தியக்கூறிலும் நான்

அல்பெர் கமுய்

இயல்பாக நடந்துகொண்டாக வேண்டும். இந்த முயற்சியில் நான் வெற்றி கண்டபோது அது அமைதியான நேரமாக அமைந்ததே பெரிய விஷயம்தான்.

இதுபோன்றதொரு காலகட்டத்தில்தான் சிறைச்சாலைப் பாதிரியாரைச் சந்திப்பதற்கு மீண்டும் ஒருமுறை மறுத்தேன். படுக்கையில் இருந்தபடியே வானத்தில் தெரிந்த ஒருவிதமான பொன்னிறப் பொலிவை வைத்து அந்தக் கோடைக்காலத்தின் மாலைப்பொழுது நெருங்குவதை ஊகிக்க முடிந்தது. சற்று முன் தான் மேல்முறையீடுசெய்ய மறுத்திருந்தேன். என்னுள் ரத்தம் சீராகப் பாய்ந்துகொண்டிருப்பதை உணர முடிந்தது. பாதிரியாரைப் பார்க்க வேண்டிய அவசியம் எனக்கில்லை. நீண்ட நாட்களுக்குப் பிறகு, மரியின் நினைவு அப்போதுதான் வந்தது. அவள் எனக்குக் கடிதம் எழுதிப் பல நாட்கள் ஆகி விட்டன. அந்த மாலைப்பொழுதில் நான் யோசித்துப்பார்த்து ஒரு முடிவுக்கு வந்தேன். ஒருவேளை, மரண தண்டனை விதிக்கப்பட்டவனின் காதலியாக இருந்ததற்காக வெறுத்துப் போயிருக்கலாம். அவள் உடல்நலம் குன்றி இருக்கலாம் அல்லது இறந்துகூடப் போயிருக்கலாம் என்று நினைத்தேன். எதுவும் நடக்கக்கூடியது தான். எனக்கு எப்படி அது தெரியும்? ஏனெனில், இப்போது தனித்தனியாக இருக்கும் எங்கள் இரண்டு உடல்களையும் இணைப்பதற்கு எதுவுமில்லை. ஒருவரையொருவர் நினைவு கொள்ளவும் எதுவுமில்லை. எது எப்படியோ, அதன் பிறகு மரியைப் பற்றிய சிந்தனையில் எனக்கு எவ்வித அக்கறையும் உண்டாகவில்லை. அவள் இறந்திருந்தால் அதைப்பற்றி இனி எனக்குக் கவலையில்லை. அது இயற்கை தான். ஏனெனில், நான் இறந்த பின்னும் எல்லோரும் என்னை மறந்துபோவார்கள் என்பது எனக்குப் புரிந்திருந்தது. அதன் பிறகு அவர்களுக்கு என்னிடம் எந்த வேலையும் இல்லை. இப்படி நினைத்துப்பார்க்கக் கடினமாக இருந்தது என்று சொல்லக்கூட என்னால் முடியவில்லை.

சரியாக இந்த நேரம் பார்த்துத்தான் அந்தப் பாதிரியார் என் அறைக்குள் வந்தார். அவரைக் கண்டவுடன் என் உடலில் சிறு நடுக்கம். அதனை அவரும் கவனித்துவிட்டார். பயப்பட வேண்டாம் என்று சொன்னார். "வழக்கமாக வேறு நேரத்தில் தானே வருவீர்கள்?" என்று கேட்டேன். அதற்கு அவர், "இல்லை, இப்போது தோழமையான முறையில்தான் வந்திருக்கிறேன். இதற்கும் உங்கள் மேல்முறையீட்டுக்கும் எவ்விதத் தொடர்பும் இல்லை. மேலும், அதுபற்றி எனக்கு எதுவும் தெரியாது" என்று விளக்கினார். என் சிறிய கட்டில்மீது உட்கார்ந்த அவர் என்னையும் தன் அருகில் உட்காரும்படி சொன்னார்.

நான் உட்காரவில்லை. இருந்தாலும், அவர் எனக்கு மிகவும் மென்மையானவராகவே தெரிந்தார்.

முன்னங்கைகளை முழங்கால்கள்மீது வைத்து, தன் கைகளையே பார்த்தபடி சிறிது நேரம் உட்கார்ந்திருந்தார். பார்ப்பதற்கு அவரது தசைப்பற்றான மெல்லிய கைகளும் இரண்டு சுறுசுறுப்பான மிருகங்கள்போல் இருந்தன. பொறுமையாகத் தன் கைகளைக் குவித்து ஒன்றையொன்று தேய்த்துக்கொண்டார். தலையைக் குனிந்தபடி அதே நிலையில் அவர் நீண்ட நேரம் அங்கு உட்கார்ந்திருந்ததால் ஒரு கட்டத்தில் அவர் அங்கு இருந்ததையே மறந்துவிட்டேன்.

ஆனால், அவர் சட்டென நிமிர்ந்து என்னை நேராகப் பார்த்தார். "நான் உங்களைச் சந்திக்க வருவதை ஏன் வேண்டாம் என்கிறீர்கள்?" என்று கேட்டார். எனக்குக் கடவுள் நம்பிக்கை இல்லை என்று சொன்னேன். அதில் உறுதியாக இருக்கிறேனா என்று அவர் கேட்க, எனக்குள் அந்தக் கேள்வியை எழுப்ப வேண்டிய அவசியம் இல்லை என்றேன். இது ஒரு முக்கியமான கேள்வியாக எனக்குத் தெரியவில்லை. பிறகு அவர் சுவர்மீது சாய்ந்து உட்கார்ந்துகொண்டார். கைகளைத் தொடைகள் மீது வைத்திருந்தார். ஏறக்குறைய என்னிடம் பேசாததுபோல் முகத்தை வைத்துக்கொண்டு தன் கருத்துகளைக் கூறினார்: "சில நேரங்களில் நாம் சில விஷயங்களில் உறுதியாக இருப்பது போல் நினைத்துக்கொள்வோம். ஆனால், உண்மையில் அப்படி இல்லை." நான் எதுவும் பேசவில்லை. என்னை நேராகப் பார்த்து, "நீங்கள் என்ன நினைக்கிறீர்கள்?" என்று கேட்டார். அது சாத்தியம்தான் என்றேன். எனக்கு உண்மையில் எதில் ஆர்வம் உள்ளது என்பதில் வேண்டுமானால் நான் உறுதியாக இல்லாமல் இருக்கலாம். ஆனால், எதில் எனக்கு ஆர்வமில்லை என்பதில் நான் உறுதியாக இருந்தேன். சரியாகச் சொன்னால், இப்போது அவர் பேசியதில் எனக்கு ஆர்வமில்லை.

தான் இருந்த நிலையை விட்டு நகராமல் பார்வையை மட்டும் திருப்பிக்கொண்டு "ஒருவித விரக்தியின் உச்சத்தில் இப்படியெல்லாம் பேசுகிறீர்கள், இல்லையா?" என்று கேட்டார். நான் விரக்தியில் இல்லை என்று அவருக்குப் புரிய வைத்தேன். எனக்குப் பயம் மட்டுமே இருக்கிறது என்றும் அது இயல்பானது தான் என்றும் விளக்கினேன். "அப்படியானால் கடவுள் உங்களுக்கு உதவுவார். நான் அறிந்தவரை உங்கள் நிலையில் இருந்தவர்கள் எல்லோரும் அவரிடம்தான் வந்தார்கள்" என்று கூறினார். அது அவர்களது உரிமை என்று ஏற்றுக்கொண்டேன், அதற்கெல்லாம் அவர்களுக்கு நேரம்

இருந்தது என்று சொன்னேன். என்னைப் பொறுத்தவரை, மற்றவர் உதவிசெய்வதை விரும்பவில்லை என்பதுடன் எனக்கு ஆர்வமில்லாத ஒன்றின் மீது விருப்பம்கொள்ள எனக்கு நேரமும் இல்லை என்று விளக்கினேன்.

அப்போது அவர் பொறுமையிழந்திருப்பது தன் கைகளை அசைத்த விதத்தில் தெரிந்தது. ஆனால், நிமிர்ந்து உட்கார்ந்து தன் உடையைச் சரிசெய்துகொண்டபின் என்னைப் பார்த்து, 'நண்பரே' என்று அழைத்தார். நான் மரண தண்டனை விதிக்கப்பட்டவன் என்பதற்காக அவ்வாறு அழைக்கவில்லையாம். அவரது பார்வையில், நாம் அனைவருமே மரணதண்டனை விதிக்கப்பட்டவர்கள் தாமாம். குறுக்கிட்டு பேசிய நான், இரண்டையும் ஒன்றாகக் கருத முடியாது என்றேன். மேலும் இரண்டு விஷயத்திலும் அது ஓர் ஆறுதலாக இருக்க முடியாது. "நிச்சயமாக" என்று ஏற்றுக் கொண்ட அவர், "இன்று இல்லாவிட்டாலும் என்றாவது ஒரு நாள் இறக்கத்தானே போகிறீர்கள். அப்போதும் இந்தப் பிரச்சினை வருமே. இந்தக் கடுமையான சோதனையை எப்படி அணுகுவீர்கள்?" என்று கேள்வி எழுப்பினார். இப்போது எப்படி அணுகுகிறேனோ அதேபோல்தான் அப்போதும் அணுகுவேன் என்று பதில் கூறினேன்.

நான் கூறியதைக் கேட்ட அவர் எழுந்தார். என் கண்களைப் பார்த்துப் பேசினார். இது எனக்குத் தெரிந்த விளையாட்டு தான். இதே விளையாட்டை செலெஸ்த், எமானுவேல் ஆகியோருடன் நிறைய விளையாடியிருக்கிறேன். பொதுவாக, அவர்கள்தான் பார்வையைத் திருப்பிக்கொள்வார்கள். பாதிரியாருக்கும் இந்த விளையாட்டு நன்கு தெரிந்திருக்கிறது. இது எனக்கு விரைவிலேயே புரிந்துவிட்டது. ஏனெனில், அவரது பார்வையில் சலனம் இல்லை. என்னிடம் பேசிய அவரது குரலிலும் நடுக்கம் இல்லை. "உங்களுக்கு எந்தவிதமான நம்பிக்கையும் இல்லை. அப்படித்தானே? இறப்பதைவிட வேறு வழியில்லை என்று முழுமையாக நம்புகிறீர்களா?" என்று கேட்டார். "ஆமாம்" என்று பதில் கூறினேன்.

அதன்பின் அவர் தலையைக் குனிந்தபடி மீண்டும் உட்கார்ந்துகொண்டார். என்மீது அனுதாபப்படுவதாகக் கூறினார். இத்தகைய துன்பத்தை ஒரு மனிதனால் தாங்கிக் கொள்வது என்பது இயலாத காரியம் என்று கருதுவதாகக் கூறினார். என்னைப் பொறுத்தவரை, அவர் என்னை எரிச்சலடையச் செய்வதைப்போல் உணர ஆரம்பித்ததைத் தவிர வேறு ஒன்றுமில்லை. நானும் முகத்தைத் திருப்பிக்

கொண்டு, ஜன்னல் அருகே வரும் வெளிச்சத்தின் அருகில் போய் நின்றுகொண்டேன். சுவர்மீது சாய்ந்துகொண்டேன். அவர் பேசியது சரியாகப் புரியாமல் போனாலும், மீண்டும் என்னைச் சில கேள்விகள் கேட்க ஆரம்பித்தது காதில் விழுந்தது. அவசரமும் பதற்றமும் கலந்த குரலில் பேசினார். உண்மையிலேயே அவர் உணர்ச்சிவசப்பட்டிருப்பதைப் புரிந்துகொண்டேன். எனவே அவர் சொல்வதைக் கவனமாகக் கேட்கத் தொடங்கினேன்.

என் மேல்முறையீடு ஏற்றுக்கொள்ளப்பட்டுவிடும் என்று தான் உறுதியாக நம்புவதாகத் தெரிவித்த அவர், எனினும் என் பாவச்சுமையிலிருந்து நான் விடுபட்டாக வேண்டும் என்று கூறினார். அவரது கருத்துப்படி, மனிதர்கள் அளிக்கும் தீர்ப்பில் எதுவுமில்லை, இறைவன் வழங்கும் தீர்ப்புதான் அனைத்தையும் அடக்கியது. எனக்கு மரண தண்டனை வழங்கியது மனிதன் தானே என்று சுட்டிக்காட்டினேன். என் பாவத்தை அந்தத் தீர்ப்பு எப்படியும் களையவில்லை என்று கருத்துத் தெரிவித்தார். பாவம் என்றால் என்னவென்று தெரியவில்லை என்றேன். நான் குற்றவாளி என்று மட்டுமே எனக்குத் தெரிவிக்கப்பட்டது. நான் குற்றவாளி என்பதால் அதற்கான தண்டனையை அனுபவிக்கிறேன். அவ்வளவுதான். அதற்குமேல் என்னிடம் எதையும் கேட்கக் கூடாது. இதைக் கேட்ட அவர் மீண்டும் எழுந்து நின்றார். இத்தகைய குறுகலான அறையில் அவர் நடக்க விரும்பினாலும் அவரால் முடியாது. உட்காரலாம், எழுந்திருக்கலாம், இதைத் தவிர வேறு எதையும் செய்ய முடியாது என்று நினைத்துக்கொண்டேன்.

தரையைப் பார்த்தபடியே நின்றிருந்தேன். என்னை நோக்கிவரக் காலடி எடுத்துவைத்த அவர், அதற்குமேல் நடப்பதற்குத் துணிவில்லாதவர் போல் அப்படியே நின்று விட்டார். ஜன்னல் கம்பிகளினூடே வானத்தைப் பார்த்துக் கொண்டே, "நீங்கள் நினைப்பது தவறு, உங்களிடம் வேறு ஒன்றும் எதிர்பார்க்கப்படலாம். ஒரு வேளை அது உங்களிடம் கேட்கப்படலாம் அது என்ன? நன்றாகப் பார்க்குமாறு உங்களிடம் கேட்கப்படலாம்."

"எதைப் பார்ப்பது?"

தன்னைச் சுற்றி இருந்தவற்றை ஒரு முறை பார்த்த பாதிரியார், என் கேள்விக்குப் பதில் அளித்தார். அவரது குரலில் திடீரெனச் சலிப்பு தெரிந்தது. "இதோ இந்தச் சிறைச்சாலையின் கற்களில் சோகம் ததும்புவது எனக்குத் தெரியும். இவற்றை எப்போது பார்த்தாலும் துயரம் ஏற்படுவதை

என்னால் தவிர்க்க முடியாது. ஆனால், உங்களில் மிகவும் பரிதாபத்துக்குரியவர்கள்கூடத் தங்களைச் சூழ்ந்து நிற்கும் இந்த இருளில் ஒரு தெய்வீக முகம் தெரிவதைப் பார்த்திருப்பார்கள். அந்த முகத்தைப் பார்க்கும்படி தான் உங்களிடமும் கேட்கிறோம்."

எனக்குச் சற்றே ஊக்கம் பிறந்தது. கடந்த சில மாதங்களாக இந்தச் சுவர்களைத்தான் பார்த்துக்கொண்டிருக்கிறேன். இந்த உலகில், இவற்றைவிட வேறு எந்தப் பொருளையும் மனிதரையும் எனக்கு இவ்வளவு நன்றாகத் தெரியாது. வெகு நாட்களுக்கு முன் அவ்வாறு ஒரு முகத்தை நான் தேடியிருக்க வாய்ப்பு உண்டு. ஆனால், அந்த முகத்தில் சூரியனைப்போல் பிரகாசமும் கொழுந்துவிட்டு எரியும் ஆசையும் இருக்கும். அது மரியின் முகம். எவ்வளவு தேடியும் அது கிடைக்கவில்லை. இப்போது அது முடிந்த கதை. எனவே எப்படிப் பார்த்தாலும், இது வரையில் இந்தக் கசிந்துருகும் கற்களிலிருந்து எதுவும் தோன்றவில்லை.

பாதிரியார் ஒருவிதச் சோகத்துடன் என்னைப் பார்த்தார். இப்போது, அந்த அறைச் சுவரின் மீது முழுமையாகச் சாய்ந்தபடி நின்றிருக்க, என் நெற்றிமீது பகல்பொழுதின் வெளிச்சம் படர்ந்தது. அவர் ஏதோ பேசிக்கொண்டிருக்க என் காதில் சரியாக விழவில்லை. சட்டென என் பக்கம் திரும்பிய அவர், "உங்களை அணைத்துக்கொள்ளட்டுமா?" என்று கேட்டார். "வேண்டாம்" என்றேன். திரும்பிக்கொண்டு சுவரை நோக்கிச் சென்ற அவர், அதன்மீது பொறுமையாகக் கையை வைத்தபடி மெலிதான குரலில், "அப்படியானால் இந்த உலகத்தை அந்த அளவுக்கு நேசிக்கிறீர்களா?" என்று கேட்டார். நான் எதுவும் சொல்லவில்லை.

முகத்தைத் திருப்பிக்கொண்டு அப்படியே நீண்டநேரம் நின்றிருந்தார். அவர் அங்கு இருந்தது எனக்குச் சுமையாக எரிச்சலூட்டியது. அங்கிருந்து போய்விடுங்கள், என்னைத் தனியாக விடுங்கள் என்று சொல்லலாம் என்று நினைத்த அந்த நேரம் தான் திடீரென என் பக்கம் திரும்பி, "இல்லை நான் உங்களை நம்ப முடியாது. வேறு விதமானதொரு வாழ்க்கைக்காக நீங்கள் ஆசைப்பட்டிருக்க வாய்ப்பு இருக்கிறது. இது எனக்கு நன்றாகத் தெரியும்" என்று பொரிந்து தள்ளினார். அது இயற்கைதானே என்றேன். ஆனால், நான் இதைவிடப் பணம் படைத்தவனாக இருக்க வேண்டும்; நன்றாக நீந்தத் தெரிந்தவனாக இருக்க வேண்டும்; நல்ல முக அழகு கொண்டவனாக இருக்க வேண்டும்; இப்படியெல்லாம் ஆசைப்படுவதில் ஆச்சரியம் எதுவும் இல்லையே. அதுபோல்

தான் இந்த ஆசையும் என்று விளக்கினேன். குறுக்கிட்ட அவர், நான் விரும்பிய வாழ்க்கை எப்படிப்பட்டது என்று தெரிந்து கொள்ள ஆர்வமுள்ளதாகக் கூறினார். "இந்த வாழ்க்கையை நினைவில் கொள்ளக்கூடியதொரு வாழ்க்கை" என்று எரிந்து விழுந்தேன். அப்போதுதான், பொறுமையிழந்து "இதற்குமேல் என்னால் தாங்க முடியாது" என்றேன். இறைவனைக் குறித்து மேலும் சிலவற்றைப் பேசுவதற்கு வாயெடுத்தார்; ஆனால், அவர் அருகில் சென்ற நான், எனக்குக் குறைவான காலமே எஞ்சியிருக்கிறது என்பதை விளக்க முயன்றேன். அதைக் கடவுளைப் பற்றிப் பேசி இழக்க விரும்பவில்லை என்றேன். பேச்சை மாற்றும் நோக்கத்தில், "ஏன் என்னை 'சார்' என்று கூப்பிடுகிறீர்கள்? என்னை 'ஃபாதர்' என்று ஏன் அழைக்க வில்லை?" என்று கேட்டார். அது என் கோபத்தைத் தூண்டியது. எனவே, "ஏனென்றால் நீங்கள் என் அப்பா இல்லை. மேலும், நீங்கள் என் பக்கம் இருப்பவர் அல்லர், மற்றவர்கள் பக்கத்தில் இருப்பவர்" என்று பதில் சொன்னேன்.

என் தோள்மீது கை வைத்து, "இல்லையப்பா, நான் உங்கள் பக்கம்தான். ஆனால், அது உங்களுக்குத் தெரியாததற்குக் காரணம் உங்கள் மனம் பார்வையிழந்து நிற்கிறது. உங்களுக்காக நான் பிரார்த்தனை செய்கிறேன்," என்று ஆறுதல் கூறினார்.

அவ்வாறு அவர் சொன்ன நேரத்தில், ஏன் என்று தெரிய வில்லை, எனக்குள் ஏதோ ஒன்று திடீரென வெடித்தது. என்னால் முடிந்த அளவுக்குக் குரலை உயர்த்திக் கத்தி அவரைத் திட்டிவிட்டு எனக்காகப் பிரார்த்திக்க வேண்டாம் என்றேன். அவர் அணிந்திருந்த அங்கியின் கழுத்துப்பட்டையைப் பிடித்துக் கொண்டு, என் மனதில் தேக்கிவைத்திருந்த அனைத்தையும் சந்தோஷமும் கோபமும் கலந்ததொரு உணர்வுடன் அவர்மீது கொட்டித் தீர்த்தேன். தாம் நினைப்பதெல்லாம் சரி என்ற உறுதி அவரது முகத்தில் தெரிந்தது அல்லவா? ஆனால், அவற்றில் ஒன்றுகூடப் பெண் ஒருத்தியின் ஒற்றை முடிக்கு ஈடாகாது. தாம் உயிருடன்தான் இருக்கிறோமா என்பதிலேயே அவருக்குச் சந்தேகம் இருந்தது. ஏனெனில் அவர் நடைபிணமாகத்தான் வாழ்ந்துவந்தார். என்னைப் பார்த்தால் வெறுங்கையோடு இருப்பவனைப்போல் தெரியும். ஆனால், நான் மிகவும் தெளிவாக இருந்தேன். என்னைப் பற்றி மட்டுமல்ல, எல்லா வற்றையும் பற்றி, இன்னும் கேட்டால் அவரைவிடவும் தெளிவாக இருந்தேன். என் வாழ்க்கையைப் பற்றியும், இதோ வரப்போகும் இந்த மரணத்தைப் பற்றியும் எனக்குத் தெளிவு இருந்தது; உண்மைதான், என்னிடம் இருந்ததெல்லாம் இந்தத் தெளிவு மட்டுமே. எப்படியும் இந்த உண்மைநிலை என்

கட்டுப்பாட்டில் எந்தளவுக்கு இருந்ததோ அதே அளவுக்கு நானும் அதன் கட்டுப்பாட்டில் இருந்தேன். நான் சரியாக இருந்தேன். தொடர்ந்து சரியாக இருந்துவருகிறேன். எப்போதுமே நான் சரியாக இருந்துவந்திருக்கிறேன். நான் ஒரு வகையான வாழ்க்கையை வாழ்ந்தேன். ஆனால், நான் வேறுவிதமாகவும் வாழ்ந்திருக்க முடியும். நான் ஒரு விஷயத்தைச் செய்தேன்; வேறு ஒன்றைச் செய்யவில்லை. குறிப்பிட்ட ஒரு விஷயத்தைச் செய்யாத நான் வேறு விஷயத்தைச் செய்தேன். பிறகு என்ன நடந்தது? இத்தனை நாளும் ஏதோ இந்த நேரத்துக்காக, அதாவது என் பழிகளிலிருந்து விடுவிக்கப்படும் இந்த அதிகாலைப் பொழுதுக்காக நான் காத்திருந்ததைப்போல் ஆகிவிட்டது. எதுவும் முக்கியமில்லை என்பதுடன் அது ஏன் அப்படி என்றும் எனக்குத் தெரியும். அந்தப் பாதிரியாருக்கும் அது தெரியும். இதுவரை கழிந்த அபத்தமான என் வாழ்க்கை முழுவதும், இனி வரப்போகும் பல ஆண்டுகளைக் கடந்து, அதாவது என் வருங்காலத்தில் வெகு தூரத்திலிருந்து இருண்ட காற்று ஒன்று என்னை நோக்கி எழும்பிவருகிறது. அவ்வாறு வரும்போது, நான் வாழ்ந்தவை எனக் கருத முடியாத ஆண்டுகளில் எனக்கு முன் இருந்த அத்தனை விஷயங்களையும் ஒரே நிலையில் வைத்தது அந்தக் காற்று. பிறரின் மரணமாகட்டும், தாய் ஒருவரின் அன்பாகட்டும், எனக்கென்ன அக்கறை? அவரது கடவுளோ, தேர்ந்தெடுக்கப்படும் வாழ்க்கையோ விதியோ எதுவாகத்தான் இருக்கட்டுமே. இவற்றைப் பற்றியும் எனக்கு அக்கறையில்லை. ஏனெனில், ஒரே விதிதானே என்னை மட்டுமல்ல பாதிரியார் சொல்வதைப்போல், என் சகோதரர்கள் என்று அழைத்துக்கொள்ளும் ஆயிரக்கணக்கான சிறப்புரிமை பெற்றவர்களையும் தேர்ந்தெடுத்திருக்க வேண்டும்? இது அவருக்குப் புரிந்ததா? இப்போதாவது புரிந்துகொண்டாரா? எல்லோருமே சிறப்புரிமை பெற்றவர்கள்தாம். சிறப்புரிமை பெற்றவர்கள் மட்டுமே இருந்தார்கள். ஒரு நாள் இவர்களுடன் மற்றவர்களும் தண்டிக்கப்படுவார்கள். இவரும் தண்டிக்கப் படுவார். கொலை செய்தான் எனக் குற்றஞ்சாட்டப்பட்டு, பிறகு தன் அம்மாவின் சவ அடக்கத்தின்போது அழவில்லை என்ற காரணத்துக்காக அவனுக்கு மரண தண்டனை நிறைவேற்றப்படுகிறது என்றால் அதனால் என்ன? சாலமானோவின் நாய்க்கும் அவருடைய மனைவிக்கும் ஒரே மதிப்புதான். எந்திரகதியில் இயங்கிய இயல்பையுடைய அந்தக் குட்டையான பெண்ணும் மசோன் திருமணம் செய்துகொண்ட பாரீஸ் நகரப் பெண்ணின் அளவுக்குக் குற்றவாளிதான்; அல்லது திருமணம் செய்துகொள்வேன் என நினைத்துக்கொண்டிருந்த மரி அளவுக்குக் குற்றவாளிதான். ரெமோனும் செலெஸ்த்தும்

என் நண்பர்களாக இருந்தார்கள்; இதில் ரெமோனைவிட செலெஸ்த் உயர்ந்தவன்தான்; அதனால் என்ன? இன்று மரி தன் உதடுகளைப் புதிதாகக் கிடைத்திருக்கக்கூடிய மெர்சோவுக்கு வழங்கிக்கொண்டிருந்தால் என்ன ஆகிவிடும்? எனவே, தண்டனை பெற்ற இந்த நபருக்குப் புரிகிறதா. என் வருங்காலத்தின் வெகுதூரத்தில் இருந்து வரும்... இப்படியெல்லாம் கத்தியதில் மூச்சு முட்டியது. இதற்குள், பாதிரியாரைக் காவலர்கள் என் பிடியிலிருந்து விடுவித்ததுடன் என்னை மிரட்டினார்கள். ஆனால், அவர்களை அடக்கிய பாதிரியார், சிறிது நேரம் எதுவும் பேசாமல் என்னை உற்றுப் பார்த்தார். அவரது கண்களில் நீர் ததும்பியது. முகத்தைத் திருப்பிக்கொண்ட அவர், அங்கிருந்து கிளம்பிப் போய்விட்டார்.

அவர் போனபின், எனக்கும் அமைதி திரும்பியது. மிகவும் களைத்துப்போயிருந்த நான் அப்படியே படுக்கையில் விழுந்தேன். நன்றாகத் தூங்கியிருக்க வேண்டும். ஏனெனில் எழுந்திருந்தபோது என்மீது நட்சத்திரங்களின் ஒளி, கிராமப் பகுதியின் சப்தங்கள் என் படுக்கைவரை எட்டின. இரவு, பூமி, உப்பு என எல்லாவற்றின் மணமும் சேர்ந்து என் நெற்றிப்பொட்டைக் குளிர்வித்தன. உறக்கத்தில் இருக்கும் அந்த அற்புதமான கோடைக்கால அமைதியானது என்னுள் பேரலையாய்ப் பாய்ந்தது. அந்த நேரம், இரவின் இறுதி நொடிகளில், சங்குகள் சில ஓங்கி ஒலித்தன. அந்த கப்பல்கள் ஏதோ ஓர் இடத்துக்குப் போகின்றன. எப்போதுமே அதைப் பற்றியெல்லாம் எனக்குக் கவலையில்லை. நீண்ட நாட்களுக்குப்பின் முதல்முறையாக என் அம்மாவின் நினைவு வந்தது. தன் வாழ்க்கையின் கடைசிக் கட்டத்தில் ஏன் ஓர் ஆண் துணையைத் தேர்ந்தெடுத்தார் என்பதும் மீண்டும் வாழ்க்கையை முதலிலிருந்து ஆரம்பிக்க நினைத்தார் என்பதும் புரிவதுபோல் இருந்தது. ஒவ்வொரு வாழ்க்கையாக அணைந்து மறையும் அந்த முதியோர் இல்லத்தின் சூழலிலும் அந்திப்பொழுது என்பது ஏங்கவைக்கும் ஓய்வு நேரமாக இருந்திருக்கும்: மரணம் நெருங்கிக்கொண்டிருந்தபோதும் தான் சுதந்திரமாக இருப்பதாக உணர்ந்திருக்க வேண்டும்; அதனால் எல்லாவற்றையும் மறுபடியும் தொடங்கி வாழலாம் என்றும் நினைத்திருக்க வேண்டும். அவருக்காக வருந்த யாருக்கும் உரிமையில்லை. ஒருவருக்கும் இல்லை. நானும் அப்படித் தான். மீண்டும் முதலிலிருந்து வாழ்க்கையைத் தொடங்கி வாழ்வதற்குத் தயாராக இருப்பவனைப்போல் உணர்ந்தேன். நம்பிக்கை அனைத்தும் மறைந்துபோன நிலையில், இந்தக் கடும் கோபம் என்னைக் கழுவித் தூய்மைப்படுத்திவிட்டதைப்

போல் இருந்தது. நட்சத்திரங்களும் மற்றக் குறியீடுகளும் நிறைந்து இந்த இரவுப் பொழுதில், முதல்முறையாக இவ்வுலகின் இதமான பாராமுகம் என்னை ஆட்கொள்ள அனுமதித்தேன். நான் இருந்த நிலையிலேயே இந்த உலகமும் இருந்ததால், எங்களிடையே சகோதரத்துவம் நிலவியதை அறிந்துகொண்டேன். எனவே, நான் கடந்த காலங்களில் மகிழ்ச்சியாகத்தான் இருந்திருக்கிறேன் என்பதையும் தொடர்ந்து மகிழ்ச்சியாகவே இருந்துவருகிறேன் என்பதையும் உணர்ந்தேன். அனைத்தும் முற்றுப்பெறவும், என் தனிமை யுணர்வு சற்றே குறையவும் நான் விரும்பக்கூடியதெல்லாம் இது ஒன்றுதான். என் மரண தண்டனை நிறைவேற்றப்படும் நாள் அன்று ஏராளமான பார்வையாளர்கள் குவிய வேண்டும், என்னை அவர்கள் வெறுப்புக் கலந்த கூச்சலுடன் வரவேற்க வேண்டும்.

◯

குறிப்புகள்

பகுதி I

அல்ஜியர்ஸ் – அல்ஜீரியா நாட்டின் தலைநகரம்

லெழியோன் தொனேர் –செவாலியே விருதுக்கும் மேலான படிநிலையில் வழங்கப்படும் பிரான்ஸ் நாட்டின் உயரிய விருது.

சாசேஜ் – ஆடு, கோழி, பன்றி இரத்தத்தில் தயாரிக்கப்படும் ஓர் உணவு வகை.

பகுதி II

அந்திக் கிறிஸ்து – கிறிஸ்துவுக்கு எதிர்க்கருத்து உடையவர். சாத்தானை உருவகப்படுத்தும் சொல்.